இறகிசைப் பிரவாகம்

(130 கவிஞர்களின் பறவைகள் குறித்த கவிதைகள்)

தொகுப்பாசிரியர்
இரா.கவியரசு

தேநீர் பதிப்பகம்

இறகிசைப் பிரவாகம்
(130 கவிஞர்களின் பறவைகள் குறித்த கவிதைகள்)
கவிதைகள்
தொகுப்பாசிரியர் : இரா.கவியரசு
முதல் பதிப்பு: மார்ச் 2024

வெளியீடு:
தேநீர் பதிப்பகம்
பதிப்பிக்கும் உரிமை © : தேநீர் பதிப்பகம்
24/1, மசூதி பின் தெரு, சந்தைக்கோடியூர்
ஜோலார்பேட்டை - 635851
தொடர்புக்கு: +91 9080909600

ISBN : 978-81-968381-3-3

Irakisai Piravagam
Poems
Compiled by R. Kaviyarasu
First Edition: March 2024
Pages: 190 Price: ₹ 220

Contact: +91 9080909600
e-mail: theneerpathippagam@gmail.com

Designed by : Gopu Rasuvel

பாரதிக்கும்
சலீம் அலிக்கும்

தொகுப்பாசிரியர் குறிப்பு

இரா.கவியரசு (1986)

சொந்த ஊர் மன்னார்குடி அருகேயுள்ள உள்ளிக்கோட்டை. முதுகலை கணிணி அறிவியல் படித்தவர். தற்போது திருவள்ளூர் மாவட்டம், கடம்பத்தூரில் வசித்து வருகிறார். 2013 முதல் சென்னை தலைமைச் செயலகத்தில் பணிபுரிகிறார். மனைவி : கீதா, மகள்கள்: கண்மணி, மகிழ்மதி.

'நாளை காணாமல் போகிறவர்' (2020) 'நறுமணப் புகையின் தனிமை' (2023) ஆகிய இரண்டு கவிதைத் தொகுப்புகளும், 'மாய சன்னதம்' [கவிதைகள் குறித்த கட்டுரைகள்] (2022) என்ற கட்டுரைத் தொகுப்பும் வெளிவந்துள்ளன.

விருதுகள் : இரா.தூண்டியாப் பிள்ளை கவிதை நூல் விருது (2021), திருப்பூர் தமிழ்ச் சங்கம் – கனவு இலக்கிய வட்ட விருது (2021) மற்றும் பரமத்தி வேலூர் தமிழ்ச் சங்க அறக்கட்டளை விருது (2022).

rajkaviyarasu@gmail.com

9566835938

வானத்தின் திருவிழா

பறவைகள் எங்கிருந்து வருகின்றன? எங்கு செல்கின்றன? பெயர், வகைமை எதுவும் புலப்படாத உயரத்தில், பறத்தல் எனும் மாபெரும் நடனத்தின் கணங்களில் பறவைகளாக மட்டுமே பறந்து கொண்டிருக்கின்றன. கவிதைகளும், எழுதிய கவிஞர்களின் பெயர்கள், அடையாளங்கள் மறைந்து பிரபஞ்ச வெளியில் பிரவகித்துக் கொண்டிருக்கும் மாபெரும் கவிதைப் பேராற்றில் கவிதைகளாக மட்டுமே பயணித்துக் கொண்டிருக்கின்றன. பறவைகளைக் கவனித்தலென்பது கீச்சொலிகளில் ஆரம்பித்து, வாழிடமான மரங்களில் படர்ந்து, சிறகுகளின் வர்ணத்தெறிப்புகளுடன் தாவியேகும் மேகத்தையும் வானத்தையும் வியந்து, முடிவற்ற வெளியுடன் கலந்து விடுகிறது. கவிஞர்களுக்கு ஒவ்வொரு பறவையும் அதி உன்னதமான ஒன்றாகவே இருக்கிறது. காகமோ, குயிலோ, குருவியோ, பருந்தோ எது பறந்தாலும் இருதயமெல்லாம் திகைக்கத் தொடங்கிவிடுகிறது அவர்களுக்கு. பறக்க விழையும் ஆன்மாவின் சாயலாகவே ஒவ்வொரு பறவையையும் காண்கிறார்கள். ஏரிக்குள்ளிருந்து கூட்டம் கூட்டமாக காற்றின் தாரைகள் சிதறும் வண்ணம் படபடக்கும் பறவைகள் அவர்களுக்குள் முடிவற்ற பிரவாகத்தைத் தொடங்கி வைக்கின்றன. வீட்டு வாசலில் நின்று கொண்டிருந்தாலும் பறவைகளுடன்தான் பறந்து கொண்டிருக்கிறார்கள். அவர்கள் பாடும் கவிதைகளை அவை பொருட்படுத்துவதேயில்லை. எனினும் வலுக்கட்டாயமாக அவற்றின் சிறகுகளுக்கு வலிக்கா வண்ணம் கவிதையைக் கட்டி முடிச்சிடுகிறார்கள். ஒருமுறை பறவையுடன் இணைந்து விட்ட கவிதை சதாகாலங்களிலும், வாசிக்கும் தோறும் சிறகடித்துக் கொண்டே இருக்கிறது. அந்தப் பறவையும் கவிதையும் நித்தியமாகி விடுகின்றன. பறவைகளையும், கவிதைகளையும் ஒன்றாகப் பறக்கவிடும் வானத்தின் திருவிழாவே இந்த இறகிசைப் பிரவாகம்.

கவிதைகள் குறித்த உரையாடலொன்றில் நண்பர் கோகிலன் “வெவ்வேறு காலகட்டங்களில் புதிது புதிதாக உருவாகிய கவிதைகளின் பயணத்தையும் தாக்கத்தையும், அவற்றைத் தொகுத்துப் பார்ப்பதன் வழியாகவும் அடைய இயலும்” என்று சொன்னார். அப்போதே இதற்கான விதை விழுந்திருக்க வேண்டுமென எண்ணுகிறேன். அதற்கு பிறகு கடந்த ஆண்டு ஜூலை மாதத்தில்

கவிஞர்கள் வேல் கண்ணன், ந.பெரியசாமி வழியாக அறிமுகமான நண்பர் கு.ஜெயபிரகாஷ் திருவண்ணாமலையிலிருந்து வெளிவரும் புழுதி இணைய இதழின் பறவைகள் சிறப்பிதழுக்காக பறவை கவிதைகள் தொடர்பாக ஒரு கட்டுரை வேண்டுமென்று கேட்டிருந்தார். ஒரு வார கால அவகாசத்தில் ஐம்பதுக்கும் மேற்பட்ட பறவைகள் குறித்த கவிதைகளை சேகரித்து அவற்றில் ஏழுக்கு மட்டும் ஒரு கட்டுரை எழுதி பிரசுரமானது. எழுதாமல் விட்ட பறவை கவிதைகள் தினந்தோறும் சிறகடித்துக் கொண்டே இருந்தன. தமிழில் எழுதப்பட்ட மற்ற பறவை குறித்த கவிதைகளையும் தேடி வாசித்துப் பார்க்கலாம் என்று தேடல் தீவிரமடைந்தது. ஒவ்வொரு கவிதையும் பறந்து அடுத்தடுத்த கவிதைகளை அறிமுகப்படுத்த ஆரம்பித்தன. வானம் பார்த்தால் பறவைகள், வாசித்தால் பறவை கவிதைகள் என முழுமையான ஆக்கிரமிப்புக்கு உள்ளானேன். தமிழில் வெவ்வேறு காலகட்டங்களில் உருவாகி வந்த கவிதைகளின் பயணத்தை அறிந்து கொள்ளும் வாய்ப்பும் இதன் வாயிலாக கிடைத்தது. பறவைகள் வழியாக கவிதைகளுக்குள்ளும், கவிதைகள் வழியாக பறவைகளுக்குள்ளும் மாறி மாறி வசிக்கும் அற்புத தருணங்களை எனக்களித்தது. வாசிக்கும் மனங்களுக்கும் அவ்வாறே உருவாகும் என்று நம்புகிறேன். பறவைகளின் மகத்துவத்தை அறிவிக்க கவிதைகளை விட்டால் வேறு யார் இருக்கிறார்கள்?. பறவைகள் குறித்த கவிதைகள் சிறகடித்துக் கொண்டே இருக்க வேண்டும் அருகி விடக்கூடாது என்பதே எனது பிரார்த்தனையாக இருக்கிறது.

எல்லாக் கவிஞர்களும் பறவைகள் குறித்து எழுதித்தான் ஆக வேண்டுமென எந்தக் கட்டாயமும் இல்லை. வானத்தில் பறக்கும் எல்லாப் பறவைகளையும் எண்ணித் தொகுப்பது எவ்வாறு சாத்தியமற்றதோ அவ்வாறானதே தமிழில் வெளிவந்த எல்லாப் பறவைகள் குறித்த கவிதைகளையும் தொகுப்பது. எனினும் கனவு பெரிதாக இருந்தபடியால் காரியம் ஓரளவுக்கு கைகூடியிருக்கிறது. இந்த தொகுப்பில் உள்ள ஒவ்வொரு கவிதைக்கும் உரியவர்களிடம் அனுமதி பெறப்பட்டிருக்கிறது. அவர்கள் அனைவரையும் இக்கணத்தில் வணங்குகிறேன். இன்னும் பறவைகள் குறித்த கவிதைகளின் தேடல் தொடர்வதாலும், இன்னும் நிறைய கவிஞர்களிடம் அனுமதி பெற வேண்டியிருப்பதாலும் இந்த அளவுடன் 130 கவிஞர்களின் கவிதைகளுடன் முதற்கட்டமாக இத்தொகுப்பு வெளிவருகிறது. இதன் விரிவாக்கப்பட்ட பதிப்பு அல்லது இரண்டாம் பாகம் இந்த ஆண்டு இறுதியில் வெளியாகும் என்பதைத் தெரிவித்துக் கொள்கிறேன்.

இந்தக் கவிதைகளுக்கான சேகரிப்பு காலகட்டத்தில் நண்பர்கள் நா.கோகிலன், வே.நி.சூர்யா அதிகம் உதவியிருக்கிறார்கள். இக்கவிதைகள் குறித்து அவர்களுடன் உரையாடிய காலங்கள் மிக அழகானவை. இக்காரியத்தில் அனுமதி பெற, மற்ற வகையில் ஊக்கப்படுத்திய, உதவிய அனைத்து கவிஞர்களுக்கும் மனமார்ந்த நன்றி.

இத்தொகுப்பின் தலைப்புக்காக ஒவ்வொரு நாளும் தவித்துக் கொண்டிருந்தேன். நீண்ட காலத்துக்குப் பிறகு 'பிரவாகம்' என்ற சொல் கிடைத்து, இன்னொரு சொல்லுக்காக காத்துக்கொண்டிருந்த போது பிரியத்திற்குரிய கவிஞர் யூமா வாசுகி இதை 'இறகிசைப் பிரவாகம்' என மாற்றிக் கொடுத்தார். தீராத இசையை உருவாக்கிய அவருக்கு என்றென்றைக்குமான நன்றி.

இந்தப் பயணத்தில் எப்போதும் உற்ற துணையாக இருக்கும் மனைவி கீதா, விளையாட அதிகம் நேரம் ஒதுக்காவிட்டாலும் கோபித்துக் கொள்ளாத மகள்கள் கண்மணி, மகிழ்மதி ஆகியோருக்கு நிறைய அன்பு.

இந்நூலை வெளியிடும் தேநீர் பதிப்பகத்துக்கும், பதிப்பாளர் எஸ்.தேவி மற்றும் நூலை சிறப்பாக வடிவமைத்துக் கொடுத்த கோபு ராசுவேல் ஆகியோருக்கு எனது மனமார்ந்த நன்றி.

பெருகும் அன்புடன்
இரா.கவியரசு

திசைகாட்டி

கல்யாண்ஜி
இசை
க.மோகனரங்கன்
கண்டராதித்தன்
யூமா வாசுகி
சேரன்
சபரிநாதன்
அனார்
வே.நி.சூர்யா
வெய்யில்
நரன்
தேன்மொழி தாஸ்
கதிர்பாரதி
வேல் கண்ணன்
இளங்கோ கிருஷ்ணன்
இரா.பூபாலன்
ஹிகிகொமோரி
ச.துரை
கவிதைக்காரன் இளங்கோ
லிபி ஆரண்யா
ந.பெரியசாமி
கடற்கரய்
ஸ்ரீநேசன்
சமயவேல்
போகன் சங்கர்
நெகிழன்
மா.காளிதாஸ்
மதார்
தேவதேவன்
முத்துராசா குமார்
மனுஷி
ஆசை
பெரு விஷ்ணுகுமார்

கலாப்ரியா
சம்யுக்தா மாயா
எம்.யுவன்
ஸ்ரீபதி பத்மநாபா
செல்வசங்கரன்
பா.ராஜா
அதிரூபன்
அகச்சேரன்
மனுஷ்ய புத்திரன்
நேசமித்ரன்
அசதா
இரா.மதிபாலா
சுகுமாரன்
அய்யப்ப மாதவன்
க.நா.சு
மௌனன் யாத்ரீகா
எம்.டி.முத்துக்குமாரசாமி
பொன்முகலி
உமா மகேஸ்வரி
அனாமிகா
ராஜமார்த்தாண்டன்
தென்றல்
ஜீவன் பென்னி
லஷ்மி மணிவண்ணன்
ஆனந்த்
மாலதி மைத்ரி
ஜெ.பிரான்சிஸ் கிருபா
ஜான் சுந்தர்
பெருந்தேவி
ஸ்டாலின் சரவணன்
ஷாஅ
ராணிதிலக்
ராஜேஷ் வைரபாண்டியன்
மண்குதிரை

சி.மோகன்
கார்த்திகா முகுந்த்
பாலை நிலவன்
வ.அதியமான்
மரன் (ம.ரா)
கண்ணகன்
ஜெ.ரோஸ்லின்
பாதசாரி
றியாஸ் குரானா
சக்தி ஜோதி
ந.சிவநேசன்
அழகிய பெரியவன்
எஸ்.சண்முகம்
லீனா மணிமேகலை
நகுலன்
முகுந்த் நாகராஜன்
பிரேம்
கால சுப்ரமணியம்
பூர்ணா
சுந்தர ராமசாமி
ஷங்கர்ராமசுப்ரமணியன்
பாம்பாட்டி சித்தன்
வைத்தீஸ்வரன்
பழநிபாரதி
சௌவி
சுசித்ரா மாரன்
செல்மா பிரியதர்ஷன்
சந்திரா தங்கராஜ்
வினையன்
ஞானக்கூத்தன்
குகை மா.புகழேந்தி
வெ.மாதவன் அதிகன்
கருணாகரன்
சுபா செந்தில்குமார்
சிபிச்செல்வன்
சுகிர்தராணி
தேவதச்சன்
யவனிகா ஸ்ரீராம்
சல்மா
பா.தேவேந்திர பூபதி
வேணு வேட்ராயன்
ஆனந்த் குமார்
ராஜன் ஆத்தியப்பன்
ஈஸ்வர சந்தானமூர்த்தி
முத்து மகரந்தன்
சஹானா
யாழன் ஆதி
என்.டி.ராஜ்குமார்
இளம்பிறை
ஜி.எஸ்.தயாளன்
சாகிப்கிரான்
அ.வெண்ணிலா
ஆழியாள்
தமிழச்சி தங்கபாண்டியன்
இரா.சின்னசாமி
குட்டி ரேவதி
கார்த்திக் நேத்தா
ஹெச்.ஜி.ரசூல்
வி.அமலன் ஸ்டேன்லி
விக்ரமாதித்யன்
காசியபன்
ரமேஷ் பிரேதன்
பிரமிள்

"வானில் பறக்கின்ற புள்ளெலாம் நான்"
- பாரதி

இறகிசைப்

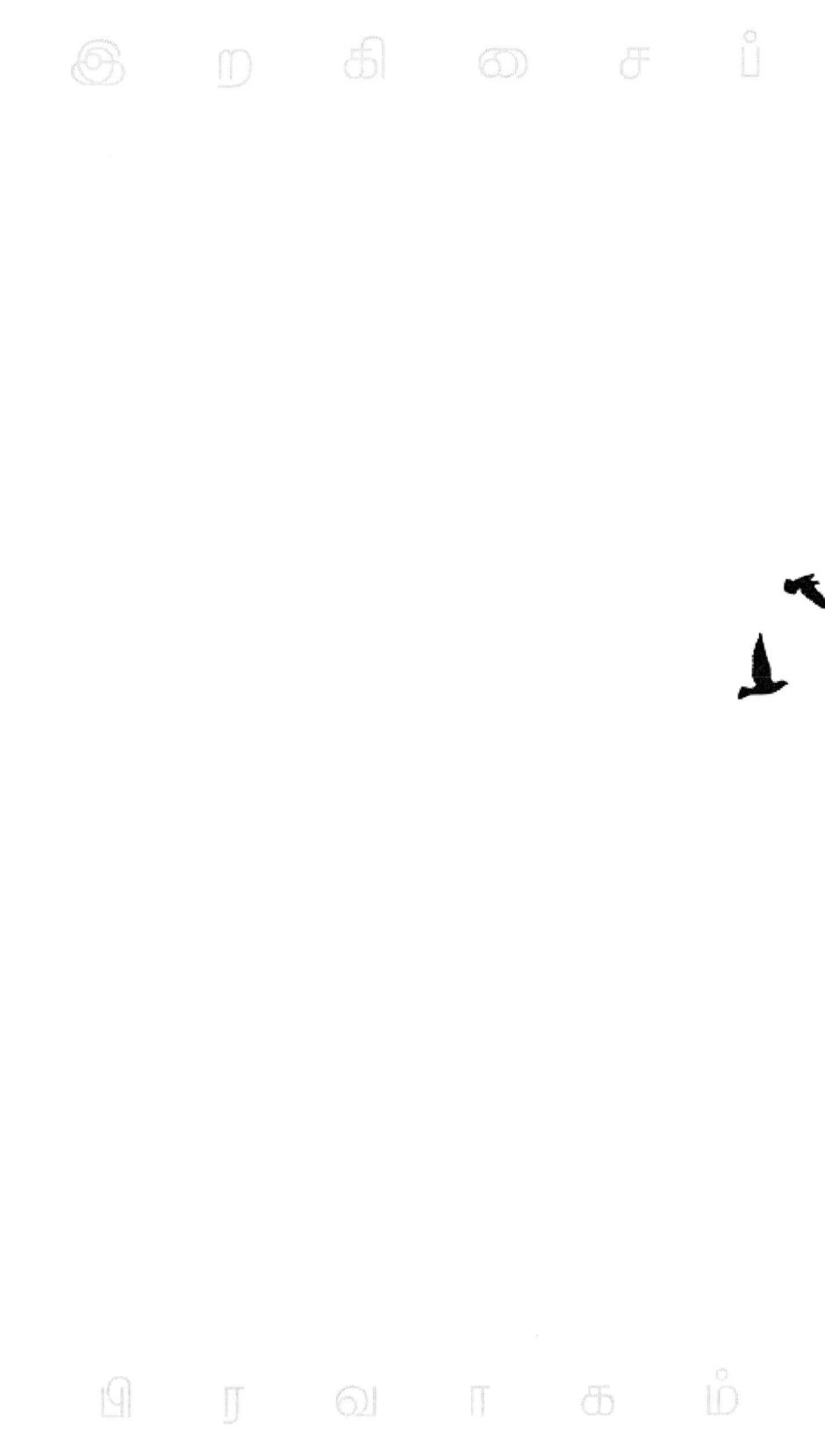

பிரவாகம்

ஒரு பறவை திரும்பிப் பார்ப்பதில்லை
அது கடந்து வந்த தூரத்தை.
பதற்றமுறுவதில்லை
அது செல்ல வேண்டிய தொலைவால்.
ஒன்று, அது பறந்து கொண்டே இருக்கிறது.
மற்றொன்று, பறப்பதற்கு முன்
கிளைவிட்டுக் கிளை மேவி
அது தீராது பாடிக்கொண்டு இருக்கிறது.

கல்யாண்ஜி

கொக்கின் கீதம்

ஏதோ ஒரு தூரதேசம்...

புல்வெளிப்பரப்பின்
பின்னணியில் நின்று கொண்டு
பாடிக்கொண்டிருக்கிறான்
ஒரு பாடகன்.

மேலே
மழைக்கருப்பின் ரம்மியத்தில்
பூத்திருக்கிறது வானம்

அப்போது
அந்நிலக்காட்சியை
ஊடறுத்துப் பறந்ததொரு கொக்கு

ஐயோ!

அது
அவன் பாட்டையே தூக்கிக்கொண்டு பறக்கிறது
பாட்டு பறக்க
அவனும் பறந்தான்
அவனோடு பறந்தன
பச்சையும் கருப்பும்.
பார்த்திருந்த நானும் பறந்தேன்
சேர்ந்து.

இசை

அடைக்கலான் குருவி

திறந்து கிடந்த
அறைச் சாளரத்தை
ஏதேச்சையாக வந்து
எட்டிப் பார்த்த
அந்தக்
குருவிக்கு
என்ன தோன்றியதோ
தெரியவில்லை
தினமும் வரத்தொடங்கியது;
தானிய மணிகள்
எதனையும் நானதற்கு இடவில்லை
தண்ணீரையும்
எங்கோ அது தேடிக் கொள்கிறது
என்னால் ஆனது
எப்போது வேண்டுமானாலும்
எழுந்து பறந்துவிட
ஏதுவாக
முப்போதும் அக்கதவு
திறந்தே கிடக்குமென்ற
உறுதியை அதற்கு
உணர்த்த முடிந்ததுதான்,
பதிலுக்கு அது
பழக்கியிருக்கிறது யென்னை
சுவர்களுக்கு நடுவேயும்
சுதந்திரமாக வாழ்வதற்கு.

க. மோகனரங்கன்

கவிதையொன்றை
எழுத முற்படும்போது
அதை விரும்பாது
தாளுக்கும்
எழுதுகோலுக்குமிடையில்
இருந்த பறவை பறந்து செல்கிறது

நான் அந்தப் பறவையைப்
பிடித்து விட்டேன்
ஆனால் அலறும்
அதன் குரல்
வெகுதூரத்தில் கேட்கிறது.

கண்டராதித்தன்

என் புறாவின் விடுதலை

அண்டத்தின் வலுவெல்லாம் ஒன்றுகூடி வந்தாலும்
தகர்க்க இயலாச் சிறு வீட்டில்
கோடையின் காலைச் சூரியனிடமிருந்தும்
சிகர முனைகளிடமிருந்தும் பெற்ற
குளிர்வெளிச்சத்தைப் பரப்பியிருந்தேன் நிரந்தரமாக
உன் விடைபெறுதலின் பொருட்டு
மனமதிரத் திறந்தேன் கதவை
உன்னை விடுவித்தேன். போய் வா!
கடல் மீது நீ பறந்து செல்கையில்
ஆர்வப்பட்ட அலைகள் எழும்பி
உன்னைத் தொட முயன்று தோற்கும்
சோலைகள் ஆயிரமுண்டு
எல்லையற்றுப் பாடிப் பறக்க விசாலப் பரப்புண்டு
உன்போன்று வேடமிட்ட
ஊண் உண்ணும் பருந்துகள்
பின்தொடர்ந்து வந்தால் நீ அவற்றுடன்
பறக்காதிரு
புல்வெளியில் இல்லை பாம்புகள்
என்றறிந்த பின்னரே தரையிரங்கு - ஆயினும் கவனம்
வலைகள் மறந்திருக்கும்.
நாசத்திலிருந்து தப்புவிக்கும்
நல்ல துணைகளுனக்கு நேரட்டும்.
பறப்பதில் ஒருபோதும் களைப்படையாதே.
மழை வந்தால் விரும்புகிற
கோபுரங்களில் இளைப்பாறலாம்.
இறுதிவரை கெடாதிருக்கட்டும்
உன் சிறகுகளின் சீர்மை.

இதோ தாவரங்கள் துளிர்க்க முனைகின்றன
உனக்கேற்ற பருவம்தான்.
வானவில் தோன்றியிருப்பது நல்ல சகுணம்
புறப்படு, போய் வா!
இத்தனைக்காலம் என்னிடமிருந்ததற்கு
வருந்தாமல் போய் வா
பார்த்துச் சலித்து
பயணத்தில் சோர்ந்தாயானால்
வெல்வதற்கரியதாய் எதுவும்
உன்னை எதிர்கொண்டால்
திகைக்காதே,
உன் பழைய வீடு மறவாதிருந்தால்
சற்றும் தாமதியாது வந்துவிடு!
உன்னை எங்கிருந்து விடுவித்தேனோ
அங்கேதான் நின்றிருப்பேன்.

யூமா வாசுகி

பறவை

நிழலுக்கு அஞ்சிப் பகலை
வெறுக்கிறது ஒரு பறவை
அது
இருட்டின் குழந்தை
கறுப்பின் அழகு

நெருங்கி உறவாடும் மலைத்தொடர்களை
ஒற்றைப் பரப்பில் கடக்கும்
வலிமை மிக்கது
ஆனால் சுற்றம் இழந்தது
கண்ணீரற்றது
புயலிலும் உயரப் பறந்து திரிந்து
அலையும் வாழ்க்கையில்
உயிரை எழுதுகிறது

சேரன்

மாயையின் பேரெழில்

தலைவாசலில் வந்து நிற்கிறது கோழி.
கண்விழித்ததும் வாழ்வினுள் நுழைந்திடும்.

இன்னும் பள்ளியில் சேர்க்கப்படாத பாலகியென
நிலைப்படியில் நின்று பார்க்கிறது அவநியை

தயக்கமின்றி
சஞ்சலமின்றி

ஒரு குதி
குதித்து

அடுத்த படியில் கால் பதிக்கிறது:
மதி அடையா வைகறையில் மாயையின் பேரெழில்.

ஏது நினைத்ததோ ஒரு கணம் சிலைத்து வெறிக்கிறது:
நிரந்தரத்தின் ஸ்தம்பிதம்.

பின் திமிறி அடிக்கிறது றெக்கையை:
நிலையற்றதன் தித்திப்பு.

அதிமிக மெதுவாக சிறு மென் தாவல் இட்டு நிலம்சேர்கிறது:
ஒரு சமன் தேடும் சலனம்.

அதோ, கூவி ஓடுகிறதே தெருவில்
அன்னமக்காவின் கோழி

சபரிநாதன்

அவள் பறவைகள் வாழும் உடல்

அவளது மூக்கில் முளைத்திருந்த வால்வெள்ளியை
என்ன செய்வதென்று மணிக்கணக்காகப் பார்த்து நின்றான்

முக்காடிட்ட மொகலாய ஓவியம்.........
தலை தாழ்ந்து.... சரிந்து......... உட்காந்திருந்தாள்

அவள் தோள்களில் இருந்த ராஜாளி
அவன் அரவம் கேட்டதும்
முதலில் அதிர்ந்து பறந்து சென்றது

குருத்து நாடியைத் திருப்பி
உதடுகளை முதல் முத்தமிட்டபொழுது
கணக்கற்ற புறாக்கள் பயந்து
ஒரே சமயத்தில் எழும்பிப் பறந்தன
தாமதித்து....... இன்னும் இரைதேடி
இன்னோர் இடத்தில் வந்திறங்கின

எட்டிப்பார்ப்பதும்
பின்வாங்குவதும்
அவள் பார்வை...... தீக்கோழிகள்

அவள் கைவிரல் கிளைகளில்
கீச்சிடும் சிட்டுக்குருவிகள்.....
நீண்டுகிடந்த கால்விரல்களில்
எதிரும் புதிருமாக
மாம்பழக் குருவிகள்

கார்காலப் பச்சைக்கிளிகள்
ஊர்வலம் செய்கின்ற ஒன்று...........

சொண்டு நீண்ட மரக்கொத்திகள்
சிறகுலர்த்தும் இன்னொன்று.........
நாட்டுப்புற காப்பிலிக் கோழிகள்
ஒன்றையொன்று கோதுவதாய் மற்றொன்று.........

மைனாக்கள்
அங்குமிங்கும் தாவுகின்ற கூந்தல்

வரிசை மாறாமல்
கொக்குகளும்....... நீர்க்காகங்களும்......
கிறுகிறுத்துப் பறக்கும் மீன்கொத்தியும்......

பெயர் தெரியா வண்ணங்களுடன் அலையும்
சிறிதும் பெரிதுமான எண்ணற்ற அபூர்வப் பறவைகள்

ஒலிதெறிக்கும் காடாகவும்........
காட்டின் வெளியாகவும்......
அந்தர ஆகாயமாகவும்.........
அமரும் நிலமாகவும்.........
அவள் பறவைகள் வாழும் உடல்

முதலில் பறவைகளைப் பழகவேண்டும்
....
....
....

தடாகத்தில் நீந்தும் தாராக்களை
ஒவ்வொன்றாகப் பிடித்து
நீர் சொட்டச் சொட்ட
புல் தரையில் விட்டபடி விளையாடுவது
அவனுக்கும்
அவளுக்கும் விருப்பமாகவிருந்தது.

அனார்

அருணயாமம்

என்ன பறவையென்று தெரியவில்லை
சாயும்காலத்திலிருந்து அப்படியே உட்கார்ந்திருக்கிறது
வானத்தை மறந்துவிட்டதா
இல்லை தானொரு பறவையென்பதையே மறந்துவிட்டதா
நள்ளென்ற யாமத்தில் மனது கேட்கவில்லை
மொட்டைமாடிக்குச் சென்றேன்
அப்போது கூட அது
பறவைநிலைக்குத் திரும்பியிருக்கவில்லை
நெருங்கிச் சென்று
மெல்ல கையில் தூக்கி பறக்கவிட்டேன்
பறக்க பறக்க மீண்டும்
அதேயிடத்திற்கே
வந்துகொண்டிருந்தது அந்தப் பறவை
நானும் நிறுத்தவில்லை

வே.நி.சூர்யா

வளர்ப்புப் புறாவின் உணவு

தோல்வி என் வளர்ப்புப்புறா
ஏழுகடல் மலை தாண்டி
ஒரு கிளை இருத்தி வருகிறேன்
மீண்டும்
என் தோள்களுக்கே திரும்பிவிடுகிறது
தொடர்ந்தாடுகிறோம் நாளும்
துயர் விளையாட்டு
வேட்டையாடப்பட்ட மிருகத்தின்
கடைசித் துடிப்பிலிருக்கும் இதயம் இன்றென் வாழ்வு
உள்ளங்கைக்குள் அதன் குதுகுதுப்பை உணர்கிறேன்
ரத்தப் பிசுபிசுப்பு மென்சூடு
நீங்காதிருக்கும் எனதினிய புள்ளே...
என் சாவுத் தானியங்களால்
உன் சிறிய முற்றத்தை நிறைப்பேன்!

வெய்யில்

விநோதப்பறவை

வீட்டிற்குள் ஒரேயொரு சிறகுமட்டும் கிடந்தது
எந்தப் பறவையினுடையது என்று
பொருத்திப் பார்க்க முடியவில்லை
தியானத்தில் உறைந்திருந்த போது
ஏதோவொரு பறவையின்
சப்தம் மட்டும் கேட்டுக்கொண்டேயிருந்தது
வெளியே வந்து பார்த்தேன்
ஆகாயத்தின் உயரத்தில் இன்னதென அறிய முடியாத
ஒரேயொரு பறவை பறந்து கொண்டிருந்தது
உள்ளே மகள் 27ம் பக்கத்தில்
புள்ளிகளை இணைத்தால் கிடைக்கும்
உருவங்களைப் பற்றிய விளையாட்டொன்றை
பென்சிலால் விளையாடிக் கொண்டிருந்தாள்
நானும் சிறகு சப்தம் பறத்தல் என்ற
மூன்று புள்ளிகளையும் இணைத்துப் பார்த்தேன்
விநோதமான பறவையொன்று கிடைத்தது
மகள் 73ம் பக்கத்தில் விடையைச் சரிபார்த்தாள்
அவ்விநோதப் பறவையினத்தின்
முதல் பறவையிலிருந்து கடைசி பறவைவரை
 என்னிடமேயிருந்தது
முதலுக்கும் கடைசிக்குமிடையே
அது எந்த முட்டையும் இடவில்லை.

நரன்

காகம்

காகத்தின் கால்கள்
விடுதலையின் பரப்பளவை
வரைய வல்லவை ஆயினும்
காகத்தின் அன்போ
வானத்தை விட விசாலமானது
தன் இணைக்கென கணமெல்லாம்
காத்திருப்பை வாழ்வாக்குவது
கூட்டின் நீள அகலங்களை
தீர்மானிப்பதில் கூட
பரிதவிப்பை சிறகுகளால் நெய்வது
மரங்கள் மனிதர்களை விட மகோன்னதமானவைகள் என்பதை
பறவைகளே விதைக்கின்றன
மரத்தின் தோள்களில் புயலையும் மழையையும் எதிர்கொள்ளும்
வல்லமைமிக்க கூட்டை
சிறு மிலாறுகளால் பின்னுகிறது காகம்
பெண் காகத்தின் கருவறையை
ஆண் காகம் மதிப்பதை கண் உணரும் போது
பிரபஞ்சத்தின் ஆழ் சுவாசம் அன்பாகிறது
கணித மொழி மிஞ்சும் கூட்டின் நுட்பங்களை
சிதிலமடைந்த மனித வீட்டிலிருந்து காண்பது
வாழ்வின் ஈவு
தன் இணையை அமர வைத்து இரைதேடி கொண்டு வரும்
ஆண் காகத்தின் மனதை
வணங்குவதைத் தவிர வேறு உணர்வில்லை
காகத்தை ஆரத்தழுவ மனம் காகமாகிறது

இடத்தை இருப்பை நிலத்தை மரத்தை
உடமையாக்க விரும்பாத உயிருக்கு
மடியிலிருத்தி சோறூட்ட மனம் விளைகிறது
கணிதப் புனைவை மிஞ்சும்
காகத்தின் மூளையில்
அத்தனை கட்டுமானமும் மனித வாழ்வியல் நெறிகளுக்கு
அப்பாற்பட்ட
அன்பின் மொழி
எந்த ஆதாரங்களால் அணு கூடியிருக்கும்
பறவையின் கூடுகளும் அன்பும்
அதன் ஆத்ம திருப்தியோ நிம்மதியோ மட்டுமல்ல
பரந்த ஆத்ம விஸ்தாரணத்தின்
பிரபஞ்ச அடையாளமாகக் கூடும்

தேன்மொழி தாஸ்

உயர்திணைப் பறவை

சகுந்தலை என்றால்
'பறவைகள் புடைசூழ வளர்பவள்' என்று பொருள்.
புடைசூழ் பறவைகள் மத்தியில்
உண்மைப் பறவை சகுந்தலை மட்டும்தான்
அதுவும் உயர்திணைப் பறவை.
தாய் பிரிந்த துயர்
காதல் பிரிந்த துயர்
மகன் பிரிந்த துயர்
வாழ்வு பிரிந்த துயர்
யாவற்றையும் பறந்து கடக்கிறாள் பறவைபோல
தண்டகாரண்யத்தை
தனித்த வானத்தை
சலசலக்கும் நதியை.
பலமுறை
மழைமேகம் போல பறந்து கரைய நினைத்தாள்.
ஆனால்
ஓர் எளிய மோதிரத்தின் எடை தாளாமல்
கீழே
கீழே வருகிறாள்.
துஷ்யந்த சாபம்
சகுந்தலைக்குக் காவிய சோகம்.
காதல் ஒரு பெண்ணுக்கு ஒளியூட்டும் என்றால்
சகுந்தலைக்கு இருளூட்டியது.
இருள் தின்று
துயர் தின்று
மாலினி ஆற்று மீனாகப் பரவியவள் சகுந்தலை.

கணையாழி
சிலம்பு
மோதிரம்
எல்லா அணிகலன்களும்
பெண் துயரில் உருவான விலங்குகள்.
அதோ
திசைகளை அழைத்துக் கொண்டு
மோதிரம் போன்ற காற்று வளையம் புக
தன்னந்தனியே ஒரு பறவை பறக்கிறதே
அது
பறவை அல்ல சகுந்தலை
சகுந்தலை அல்ல அவள் துயர்
துயர் அல்ல அவள் வாழ்வு.
ஆம்
பெண் வாழ்வு.

கதிர்பாரதி

திடீரென்று
நகரத் தெருவில்
இடமிருந்து வலம்
வலமிருந்து நெடுக்கு
நேர்க்குத்து திரும்பி இடதாக
தாழப் பறந்தது பருந்து

தெருவோரச் சிறுமி
'சொய்ங்க்... சொய்ங்க்' என்று
பறக்கும் திசையில்
கைகளை வீசிக் கொண்டிருந்தாள்

சில மணித் துளிகளுக்குப் பின்
'சொய்ங்க்... சொய்ங்க்' படியே
பறக்கத் தொடங்கியது
நகரம்

வேல் கண்ணன்

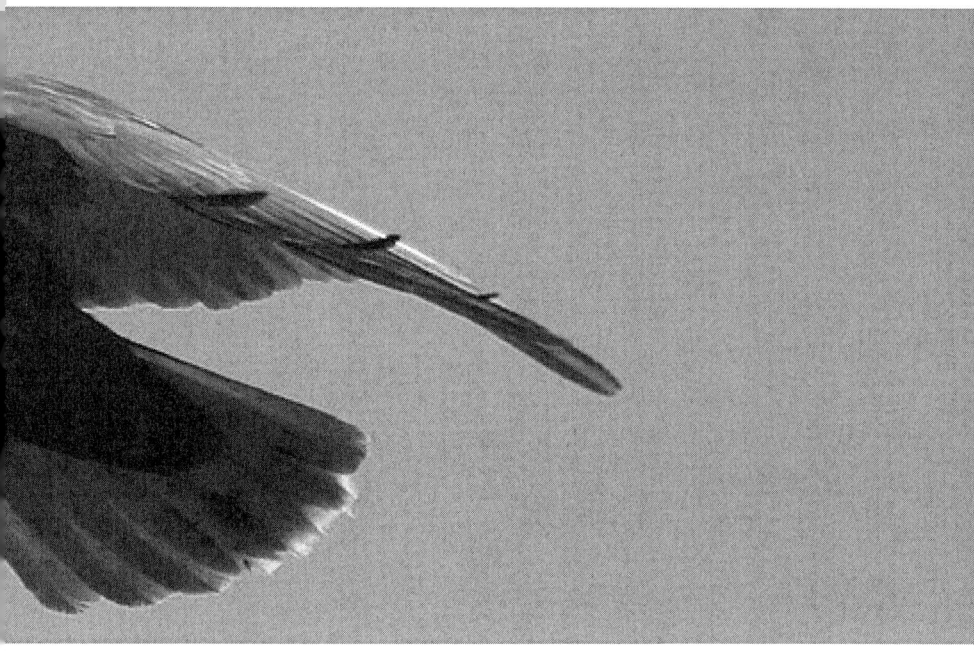

ஆயிரம் வருடப் பறவை

தன் வாழ்நாளில்
ஒரே ஒருமுறை மட்டுமே பூமிக்கு
வரும் பறவை ஒன்றைக்
காட்ட அழைத்து வந்தேன் உன்னை
இந்தப் பௌர்ணமி
மிகக் கவித்துவமானதுதான்
நம் பேச்சுகூட அவ்வளவு அழகு இன்று
ஒரே ஒருமுறை பூமிக்கு வரும் பறவை
இன்று ஏன் வரவில்லை என்றாய்
அது எனக்குத் தெரியாது
ஆனால் ஒரே ஒருமுறை பூமிக்கு வரும்
பறவைக்காக காத்திருந்த அந்தக் காலங்கள்
அழகானவை.
ஒரே ஒருமுறை பூமிக்கு வரும் காலங்கள்.

இளங்கோ கிருஷ்ணன்

எப்படியோ வழிதவறி
யாருமற்ற
வீட்டுக்குள் நுழைந்திருக்க வேண்டும்
சன்னல்களில்
சுவர்களில்
மோதி மோதித்
திரும்புகிற
ஒரு மைனாவை
வீட்டிலிருந்து வெகு தூரத்தில்
இருந்தபடி
தன் கை பேசிக் காணொளியில்
காண்பவன்
செய்வதறியாது திகைக்கிறான்

ஒளிர்திரையை
இரு விரல்களால்
பெரிதாக்கிப் பெரிதாக்கி
அங்கலாய்க்கிறான்
அது பயத்தில்
கண்ணாடி சன்னலில்
ஆக்ரோஷமாக மோதுகிறது
ஜூம் செய்கிறான்
இன்னும் ஆக்ரோஷமாக
தொடுதிரையை மோதுகிறது
இன்னொரு ஜூம்
அது இவன் விழித்திரையில்
மோதுகிறது
அடுத்த ஜூமில்
அலகால்
இவனை இரண்டாகப் பிளந்து
வெளியேறிப் பறக்கிறது.

இரா. பூபாலன்

காற்றில் மிதக்கும் ஒற்றை இறகு

தாட்சண்யமில்லாச் சிறு உலுக்கல் ஒன்றில்
உதிர்த்துப் பிறவியளிக்கும் பறவையை
இறகு தன் அந்திமக் காலம் வரை
ஆராதித்துச் செல்கிறது
சலனமற்றுத் தேங்கி நிற்கும் குளம்
பள்ளிவிட்டு வீடுதிரும்பும் சிறுமியின் சடைப்பின்னல்
அல்லது நீர்தெளித்துக் கோலமிடப்பட்ட முற்றம்
அதற்கு அதீத ஆனந்தமளிக்கிறது
திசையறியாமல் சுரணையற்று
ஓர் அகதியாகப் பறந்து திரியும் இறகு
உண்மையில்
சிதிலமடைந்த தன் வாழ்வைத் தகனம் செய்யும்
ஒரு கரம் தேடியே அலைகிறது
தனக்கு மட்டுமே கேட்கும் அசரீரியின் ஒலிகேட்டு
காற்றில் மிதந்து உலகைக் கண்காணித்துச் செல்லும்
ஒவ்வோர் இறகும்
ஒரு வானம்பாடி பறவை.

ஹிகிகொமோரி

தானியங்களைத் தேடி
கூரைக்கு வந்தபோதுதான் பறித்தாள் புறாக்களை
கிழத்தியின் குளிர்ந்த கைகளை அவை கொத்தின

"எங்களை என்ன செய்யப்போகிறாய்?
நாங்கள் புறாக்கள்
பறக்க வேண்டும்
மாலைக்குள் கூடு அடைய வேண்டும்
உன் நகம் பிடிக்கவில்லை அழுத்தாதே"
கிழத்தி எதையும் காதுகளில் வாங்கவில்லை
புறாக்களையே உற்று நோக்கினாள்

ஒரு அழுக்கு புறா

"உனக்கு என்ன வேண்டும்
நாங்கள் புறாக்கள்
சுருங்கிய உன் கைகளுக்கு பொருத்தமில்லாதவர்கள்
வயதான துணிகளை துவைக்கத் தெரியாது
மிதமான சூட்டில் எதையும் தயார்செய்யத் தெரியாது
நரைத்த முடிகளை கோதத் தெரியாது
எங்களை விட்டு விடு"
கிழத்தி கொஞ்சமும் அசையவில்லை
புறாக்களையே உற்று நோக்கினாள்

ஒரு கருநீலப்புறா
நிமிராமலே முனகியது

"உனக்கு என்ன வேண்டும்
நாங்கள் புறாக்கள்
எங்களுக்கு கழுத்துமணியே கனக்கிறது
நாடு வீசிய காலமெல்லாம்
கழிந்துவிட்டது
உன் வீட்டை சுத்தப்படுத்த முடியாது
பள்ள முகங்களில் முத்தமிடத் தெரியாது"
கிழத்தி எந்த சொல்லையும் தொடவில்லை
புறாக்களையே உற்று நோக்கினாள்

அதிலொரு சிறு வெண்புறா

"உனக்கு என்ன வேண்டும்?
நாங்கள் புறாக்கள்
உன் வயதிற்கு பேரக்குழந்தைகள் மாதிரி…"

சாம்பல் புறா பக்கத்து புறாவிடம் கேட்டது
உண்மையிலேயே இந்த கிழத்திதான் தின்றாளா?
நீ பார்க்கவில்லையா?
அவள் உதட்டோரத்தைக் கவனி ரத்தம் கூட காயவில்லை
அது சரி சிறகுகளை ஏன் சேகரிக்கிறாள்?
அவளது தனிமைக்கானதாக இருக்குமோ?

ச.துரை

அங்கிங்கெனாதபடி...

ஒரு சாம்பல் நிறப் பறவை என் அறையில் இருக்கிறது
தன் சிறகுகளைக் கழற்றி என்னிடம் தந்துவிட்டது
பழைய இரவொன்றை வரைந்து தருமாறு பாடுகிறது

எனது தனிமையைப்
பகிர்ந்துகொள்ள அடம் பிடிக்கிறது

இனி உரையாடல் -

சொற்கள் தீர்ந்துபோகும் வரை நான்
இங்கிருப்பேன் என்கிறேன்

நீ திரும்பி வரும்வரை உனது பெயரைத் திரும்பத் திரும்பக்
கூவிக்கொண்டே இருப்பேன் என்று சிரிக்கிறது

எனக்கு கிளிஷே பிடிக்காது

சமயங்களில் கிளிஷேவும் அழகுதான்
நீ வாதாடாதே

என் இருப்பு ஒரு மாயை என்னை உருவகப்படுத்தாதே
நீயல்ல நான்
உன் சிறகுகளுக்கு நன்றி

நழுவாதே
வேறொரு காலத்திலிருந்து வந்த சாம்பல் நிறம் நான்
நீ தனியல்ல உன்னைச் சுற்றி இருக்கும் சுவர் பிம்பங்கள்
அரூபம் மட்டுமல்ல ஸ்தூலமும்

நீ
இந்த அறையை எடுத்துக்கொள்ளப் பார்க்கிறாய்
என் சொற்கள் தீர்ந்துவிட்டன தொடர்ந்து பாடிக்கொண்டிரு
பழைய இரவுக்குள் மூழ்குவாய்
அங்கே எண்ணற்ற என் முகங்கள் மிதக்கும்

முடிவாக
பனித்துளி அருந்த நினைக்கிறாயா
தாகம் குறைக்கும் ஜாமத்தின் குளிர் வீசுகிறது வெளியே
இனியெப்போதும் திரும்ப மாட்டாயா

காலம் துளைத்து ஒளி வேகத்தில் வேறெங்கோ போவேன்
நிலவுக்கு மறுபக்கம் ஊடுருவி
உனது கிளிஷே சிறகுகளுக்கு நன்றி
சாம்பல் நிற மேகங்கள் வானில் இருக்கின்றன

தீரும் முன் போகிறாய் என்னை ஏமாற்றி
பனித்துளி அருந்தப் போவதில்லையா
உனக்காகத்தான் பொழியும்படி இறைஞ்சி வந்தேன்
அதற்குள் பிரபஞ்சம் இருக்கிறது
அதன் கருநீலத்தை வீணாக்காதே

எரிந்த
என் கவிதைக் காகிதங்களின் மிச்சத்திலிருந்து வந்த ஃபீனிக்ஸ் நீ
கவிதை உலகின் சிறந்த மெட்டாஃபர் உன் வாசம்
நானிங்கே பிரியும் அணுக்களின் ஒற்றைத் துகள்
எனது மிச்சம் வேறெங்கோ
உதறு என்னை இப்போது
இப்போதே

உன் த்வனியில் பிறவிக் கவலை
ஆச்சரியம்
இக்கரைக்கு அக்கரைப் பச்சை என்ற பிதாமகர்களிடமிருந்து

தப்பித்து வந்திருக்கிறேன்
இரு என்னோடு கொஞ்ச காலம்
என்ன சொல்லுகிறாய்

இடமில்லை போகிறேன்: விருப்பமுமில்லை
சொற்கள் தீரும் முன்னே
தீர்க்கிறேன் உருவத்தை உருவகத்தை
உருவை
நீ தொடர்ந்து பாடு

பார்
நானொரு சுவர் ஓவியம்
நினைவில் தொலைந்த பழைய இரவொன்றில்
உன் எரியும் தனிமையின் வாசனை எச்சம்

உரையாடலோடு சேர்ந்து அறைக்கு வெளியே
பனித்துளிகள் ஆவியாகின்றன

மேற்கு சுவரில் ஃபீனிக்ஸ் கோட்டுச் சித்திரம்
வடக்கு சுவரில் பாடம் செய்யப்பட்ட இரண்டு சிறகுகள்
மேஜைக்கு முன்னுள்ள அலமாரியில் ஒரு சாம்பல் நிற முட்டை
கீச் கீச் ஒலியோடு அதன் உள்ளே
எண்ணற்ற சொற்கள்

'அறையை வைத்துக்கொள்
நேற்று
வேறு எவருடையதோ...'

கிறுக்கி
பாதி வெந்த காகிதத்தில்
கையெழுத்து.

கவிதைக்காரன் இளங்கோ

பொச்சாட்டிக் குருவிகள்

எத்தனை பெரிய தோகை
அரிதாகத்தான்
விரிக்கிறது மயில்

இந்த பொடிக்குருவி பாருங்கள்
தம்மாத்துண்டு நீளம்
வெடுக் வெடுக்கென
பொழுதுக்கும்
ஆட்டுகிறது

ஆட்டுவதில்தான்
எத்தனை பெருமிதம்

அதிகாரப் படிநிலை
சிறிய அதிகாரம்
பெரிய அலட்டல்
எங்கணும்.

லிபி ஆரண்யா

மூதாதைப் பறவை

பெரும் மரமெங்கும் துளிர்த்திருக்கும்
இலைக்கொன்றாக பறவைகள்
அதிசயித்துக் கேட்டான் வழிப்போக்கன்
அறியாயோ...
மரணமற்ற ஊர் இது
ஜீவிதம் முடிய பறவையாவார்களென்றேன்.

யாரோ ஒருவன் அழைத்துக் கொண்டிருந்தான்
தன் மூதாதைப் பறவையை
உணவூட்டலுக்கு.

ந.பெரியசாமி

மீகாலம்

மீகாலத்தின் உருவகம், அக்னிக்குஞ்சு
பறக்கத் தொடங்கியாயிற்று
அடிவானத்திற்குள்
பறக்கத் தெரியாத பறவை
ஆகாயம்
        மேல்
கீழ்
அல்ல
இரண்டும் தாண்டி அதன்
கூடு. பறவை, திசையறிந்து பறக்கும்
பண்பாட்டு உருண்டை.எப்படி நான்
உருண்டையை
உருண்டையாகப் பார்ப்பது. அம்
முழுமை வாள் உன்,
என் தலையை
ஒரே வீச்சில் கொய்ததே
உருளும் முகத்தில் தொங்குகிறது
நம் அடையாளப் பட்டை. அதன்
கடினத்தில் என்றைக்கும்
அதிகாரத்தின் தடயம்
எனக்கு -
அக்னிக்குஞ்சல்ல;
நொய்யலாற்றின் மேல் சுற்றும்
கதைசொல்லி காக்கையின்
பொன்குஞ்சு முக்கியம்

முட்டையில் கூளமாகாத
குஞ்சுகள், நிகழ்காலத் தரையில்
தாவித்தாவி
கடந்தகாலத்திற்குப் போய்
இரையெடுத்துத் திரும்பும் குஞ்சுகள்
அன்றாடத்தை
ஒரு முட்டையாகச்
சுமக்கும் நான்,
முற்காலத் தடாகத்தில் என்
புனைவுப் புரவிகளைத்
தாகம் தணிக்க
லாயத்தில் கட்டுகிறேன். அங்கே
அவிழ்ந்து ஓடும் என் புரவிகளுக்குப்
புவிக்கு அப்பால் விளிம்பே கிடையாது.

கடற்கரய்

பட்சி கானம்

கரையேறியவுடன் என்னை வரவேற்பதாய்
ஏரியுள் புதர்களில்
ஒரே பறவை பலவிடங்களிலிருந்து பாடும்
இனிய கீதம்
உண்மையில் நரம்புகள் உணர்ந்த இசைமை
குயிலை நான் அறிவேன்
பாடியது அதுவல்ல
மீன்கொத்தி மரங்கொத்தி குரல்களையும் அறிவேன்
பாடியது அவையுமல்ல
நாகணவாய்ப் புள்ளான மைனாவோ
ஆனைச்சாத்தன் என வழங்கும் கரிச்சானோ கூடயில்லை
பாடியது ஒரு பட்சிதான்
சிட்டு தேன்சிட்டு காடை கௌதாரி கிளி கானங்கோழி
செம்போத்து நீர்க்கோழி
என நானறிந்த பறவைகள் ஒன்றிலுமல்லாத
ஒரு பறவையின் இக்குரல்
இத்தனை இனிக்கும் என உணர
எனக்கு ஐம்பது ஆண்டுகள் பிடித்தனவே
இன்னும் காணா முகம் காண
முழுப்பிறவியும் வேண்டுமோ.

ஸ்ரீநேசன்

பறவைகள் நிரம்பிய முன்னிரவு

ஒரு கலவரத்துக்கு ஒப்பான மாலைப்பொழுது
எப்படி நிகழ்கிறது
விவரிக்கவே முடியாத அந்த மாயக்கிளர்ச்சி
ஏன் ஏற்படுகிறது என்பதை
அந்தக் கண்மாய்க்கரையில்
சும்மா
கால்கடுக்க நின்றுதான் கண்டுபிடிக்க முடியும்

வற்றியும் வற்றாத நீர்க்குட்டைகளின்
காய்ந்தும் காயாத ஈரக்கம்பையில் படர்ந்த
மஞ்சள் வெயிலில்
கொக்குகள் குழுக்குழுக்களாக வந்திறங்குகின்றன
பூமிக் கூடாரத்தின் வர்ணங்கள் குழைந்து குழைந்து மாறுவதை
கொக்குச் சீரணிகள் மெல்லத் தியானிக்கின்றன

காக்கைகள் கூடிக் கூடி கரைந்து கரைந்து
பகலை விரட்டுகின்றன
மரங்களுக்குள் மைனாக்களும் குருவிகளும்
காணாததைக் கண்டது போல்
கத்திக் கச்சாளம் அடிக்கின்றன
கிளைவிட்டுக் கிளை மரம் விட்டு மரம்
பறந்து ஓடிப்பிடித்து விளையாடுகின்றன
பகலெல்லாம் வெகுதூரம் எங்கெங்கோ
இரைதேடி அலைந்த அவை இங்கே
கூடிக் கும்மாளம் அடிக்கின்றன

கொக்குகள் நுனிக்கிளைகளில் உட்கார்ந்து
ஊஞ்சலாடியபடி தூங்கத் தொடங்குகின்றன

கண்மாய் நீரின் ஆர்ப்பாட்டமில்லாத சிற்றலைகள்
கரைக்கற்களில் சலப்சலப்பென மோதும் இசை
காற்றில் கரைந்து காதைத் தொடும்பொழுது
மாலைப்பொழுது முற்றிலுமாக இறங்கிவிடுகிறது

சும்மா நிற்பதின் இனிமை
பறவைகள் நிரம்பிய முன்னிரவாய் நிறைகிறது

சமயவேல்

ஒளி ஊடுருவி ஊடுருவி
நீ ஒரு சொர்ணப்பறவையானாய்
பறவையைக் கண்டவன்
பறப்பவன் ஆகும் விந்தையும்
அங்கு நிகழ்ந்தது.
சீன வலைகள்
கேலியாகப் படபடத்தன
குளிர்
கடற்கரை மணலடியில்
பற்ற வரும் கைவிரல் போல
நம்மை நெருங்கியது.
தூரத்து விளக்குகள்
தங்கப் பனித்துளிகளை
கடலினுள் சொரிந்தன.
எங்கோ ஒரு கப்பல்
நங்கூரமிடும் ஒலி
ஓம்ம் என்று அதிர்ந்தது

போகன் சங்கர்

பனியிரவின் ஆஸ்துமா நோயாளியைப்போல
ஸ்ருதி பிசகாமல்
அதிவேகமாய் இசைக்க
உனக்கு ஒருபோதும் வராது குயிலே
ஆயினும் நீ முயல்கிறாய்
அந்த ஆஸ்துமாக்காரன் போல
அவன் வீட்டின்
பூசணம் பிடித்த முதுகுக்குப் பின்னால்
கருவேல மரத்தின் கைகளில் அமர்ந்து கொண்டு
கத்திக்கொண்டே இருக்கிறாய்
மனம் தளராமல் கத்து
உன் ஆயிசு முழுக்கவும் கத்திக்கொண்டேயிரு
நான் வருவேன்
ஒருநாள் அல்லது ஒருநாள்
உன்னிலிருந்து வெளியேறும் அந்தச் சீக்கி சத்தத்திற்கு
ஒரு உதட்டு முத்தமிடுவேன்

நெகிழன்

தலைக்கு மேலே ராட்சஷப் பறவை

தலைக்கு மேலே பறந்து கொண்டிருக்கிறது
ராட்சஷப் பறவை. விரிந்த சிறகால்
தரையில் பரவுகிறது கருத்த மேகம்.

வியர்த்த மூக்குநுனியால்
எப்போதும் கூர்மையாக வைத்திருக்கிறது
கால் நகங்களை.

வேண்டாத இரையைப் போல
அசட்டை செய்கிறது எதிர்நோக்கும் கவண்கற்களை.
பெயர், இனம், மொழி, நாகரீகங்களை
பெருமரப்பொந்தில் ஒளித்து வைக்க முனையும்
ராட்சஷப்பறவைகள்
வேறுவேறு உருவில்
வேறுவேறு பெயரில்
முக்காலத்துக்கும் பறக்கும் இயல்பின.

எச்சங்களை உரமெனவும்
கூவல்களை இசையெனவும் லயிக்கும் நாம்
உதிரும் இறகெடுத்துக் காது குடைவோம்.
அதைவிடவா வேறு சுகம்?

மா.காளிதாஸ்

மரத்தின் மேல்
விதையைத் தூவிப் பறக்கிற
பறவை
மரத்தின் மேல்
மரத்தின் மேல்
மரம் வளரும்
அடுக்குமாடிக் குடியிருப்பைக்
கனவு காண்கிறது

கல்லெடுத்து
கல்லெடுத்து
சிறுபழம்
குறி வைக்கிற நான்
என்றைக்குத்தான்
சுவைப்பேனோ
நிலவை.

மதார்

ஒரு சிறு குருவி

என் வீட்டுக்குள் வந்து
தன் கூட்டை கட்டியது ஏன்?

அங்கிருந்தும்
விருட்டெனப் பாய்ந்தது ஏன் ஜன்னலுக்கு?

பார், ஜன்னல் கம்பிகளை உதைத்து
இப்பவும் விருட்டென்று தாவுகிறது அது
மரத்திற்கு.

மரக்கிளையினை
நீச்சல்குளத்தின் துள்ளுபலகையாக மதித்து
அங்கிருந்தும் தவ்விப்பாய்கிறது
மரணமற்ற பெருவெளிக்கடலை நோக்கி

சுரீரென தொட்டது அக்கடலை, என்னை,
ஒரு பெரும் பளீருடன்

நீந்தியது அங்கே உயிரின்
ஆனந்தப் பெருமிதத்துடன்

நீந்தியபடியே திரும்பிப் பார்த்தது தன் வீட்டை

ஓட்டுக்கூரையெங்கும்
ஒளியும் நிழலும் உதிர் சருகுகளும்
உள் அறைகளெங்கும்
சிரிப்பும் அழுகையும் மரணங்களும்

தேவதேவன்

சூரியகாந்தியின்
விளைச்சல் முகங்களைத் தின்னும்
பறவைகளை விரட்ட
ஆயுதங்களோடு நியமிக்கப்பட்ட
வயோதிக காவக்காரன் நான்.
ஒரு போதும் பறவைகளின்
பஞ்சுடல்களை ரத்தமாக்கியதில்லை
வசவுகளால் ஊளையிட்டு
பறவைகளை விரட்டுவேன்.
பட்டினியுடன் திரும்பும் அவைகள்
என்னை எப்படியாகவும் நினைத்துக் கொள்ளட்டும்
காவலில் பிரத்யேகமான
வழித்தோன்றல்கள் நாங்கள்.
வாழ்நாளில் உண்ணும் தானியங்களை
எங்கள் செரிமான மண்டலம்
பாடம் பண்ணிச் சேமித்திருக்கும்.
இயற்கை எய்தியவுடன்
எங்களுடல்கள் பறவைகளின் வசம்
ஒப்படைக்கப்படும்.

முத்துராசா குமார்

பறவையாகிய அவள்

இரண்டொரு நாளாக
பறவையாக மாறிவிட்டிருந்தாள்
அவள்.
பறவையாகி விட்டதை
அவள் உணரவேயில்லை.
அவளது சிறகுகள்
புது உற்சாகத்துடன் படபடத்தன.
கண்களைக் குளிர்வித்தது
அதன் சிறகசைப்பு.
கண்களைக் கூசச் செய்தது
அவ்வப்போது.
பறவையாகிய அவளைத்
தோழமையுடன் பார்த்துக் கொண்டே இருந்தது
ஓர் பசிய மரம்...
அது அவளின் கூடு.
பகலெல்லாம்
கட்டற்ற வெளியில்
பறந்து திரிந்ததை
மரத்திடம் பகிர்ந்து கொண்டாள்.
எல்லாவற்றையும் கேட்டுக் கேட்டுத்
துளிர்த்துக் கொண்டிருந்தது
மரம்...

மனுஷி

தன் வாழ்நாள் முழுவதும்
சிரமப்பட்டு
இந்த ஒரே ஒரு தேன்சிட்டைப்
படைத்தார் கடவுள்

பிறகு தேன்சிட்டுக்கென்று
தேனையும்
தேனுக்கென்று பூவையும்
பூவுக்கென்று செடியையும்
செடியிருக்கத் தரையையும்
தரைக்கென பூமியையும்
பூமிக்காக வானம்
நட்சத்திரங்களென்று
யாவற்றையும் படைத்தார் கடவுள்

எல்லாம் தனக்காகப்
படைக்கப்பட்டிருந்தாலும்
எதைப் பற்றியும்
கவலை கொள்வதில்லை இந்தத் தேன்சிட்டு

பிரபஞ்சத்தின் எந்த விதிகளையும்
மதிப்பதில்லை

கடவுள் இருக்கிறாரா இல்லையா என்றுகூட
எண்ணிப்பார்ப்பதில்லை

பாருங்கள்
போகிறபோக்கில்
காலத்தின் உள்ளங்கையில்
எப்படி அது
எச்சமிட்டுப் போகிறது என்பதை

என்னவோ தான்தான்
கடவுள் என்பதைப் போல

ஆசை

தொடர்தல்

தேவையா இது

பறப்பதற்கென்றே வந்தமர்ந்தது
ஒழுங்குமரியாதையாகப் போயிருக்கலாம்
தற்போது தன்னையே எங்கிருக்கிறதென்று
தடவிக்கொண்டிருக்கிறது

அதைவிட கூத்தொன்று

உதிரம் தோய்ந்த வேடனின் அம்பிலே
வானத்தைக் கண்டறிந்த களிப்பில்
இமைத்து இமைத்து
பறக்க யத்தனித்துக்கொண்டிருக்கிறது
உடலற்ற கண்கள்

பெரு விஷ்ணுகுமார்

அந்தத் தண்டவாளத்தில்
கொஞ்ச நேரம்
இந்தத் தண்டவாளத்தில்
கொஞ்ச நேரம்
அமர்ந்தமர்ந்து
சமாதானப்படுத்துகிறது
ரயில் கடந்து போன
தண்டவாளங்களை
ஒரு சிட்டுக் குருவி.

கலாப்ரியா

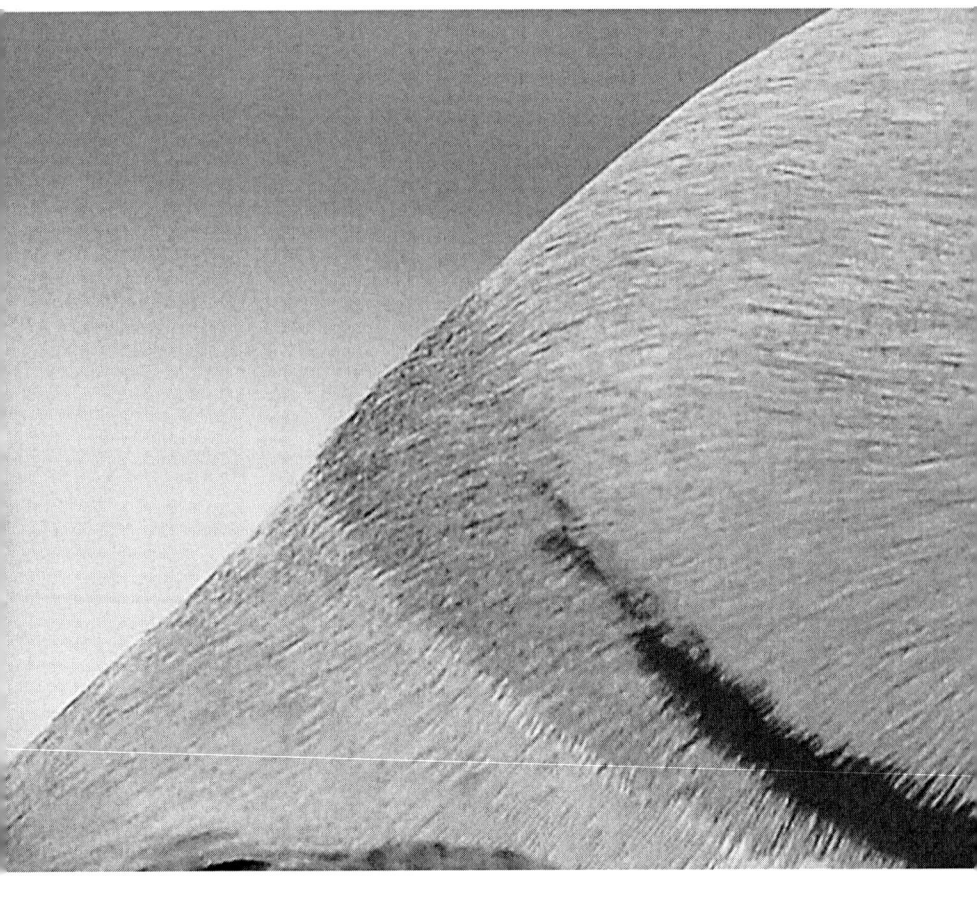

யாதொரு

அசைவுகளற்ற குளத்தின் மேற்பரப்பை
உற்றுப்பார்த்தபடி மேலே வட்டமிடுகிறது
சட்டென்று நீருக்குள் மூழ்கி
அலகில் கவ்விக் கொண்டு எழும்புகிறது
சலனமுற்றுக் கலங்கும் குளத்தைக் குறித்து
யாதொரு அக்கறையுமில்லை பறவைக்கு

சம்யுக்தா மாயா

குறிப்பு

கிளியென்று சொன்னால்
பறவையைக் குறிக்கலாம்.
பச்சையைக் குறிக்கலாம்.
மூக்கைக் குறிக்கலாம்.
பெண்ணைக் குறிக்கலாம். கூண்டுச்
சிறையைக் குறிக்கலாம்.
சமயத்தில் அது
கிளியையும் குறிக்கலாம்.

எம்.யுவன்

கால அவஸ்தை

காற்றின் குளுமை இமைகளில் ஏறுகிறது.
எரிச்சல் மிகுந்துவிட்ட மேனியின் வெம்மையை
ஒத்தி எடுக்கிறது காற்று.
சிலபோது பலமாய் வீசி
கண்ணில் மண் தூவுகிறது.
அந்தக் கிளையில் குருவி
அஞ்சி அமர்ந்து இருப்பது
வெயிலாலா காற்றாலா?
நகரத்தின் இந்த இடுக்கில்
இப்படி ஓர் அமைதி வழிவது
ஆச்சர்யம்.
அல்லது
சப்தங்கள் காதில் ஏற்காத
ஒரு மோன நிலையில்
நானும் குருவியும் இந்தச் சூழலும்
அமர்ந்திருக்கிறோம்.
இருட்ட இன்னும் நேரமிருக்கிறது.
ஆனால்
மழை வரும் போலவும் இருக்கிறது.
குருவீ,
கூட்டுக்குப் போயிரு.

ஸ்ரீபதி பத்மநாபா

பறவை பார்த்தல்

றெக்கையடித்து
தன்னை மட்டும் இழுத்துப்
பறந்தவண்ணமிருந்தது
மஞ்சள் எனச் சொல்லமுடியாத பறவை
பறப்பதால் அது
சாலை வெளியில் ஓடித்திரிகின்ற
பேருந்தெதையும்
நிறுத்தமுடியாமற் போயினும்
வெளிர்நீலநிற வானை
சாலையில்
திடீரென தோற்றுவிக்க முடியும்.

செல்வசங்கரன்

கவனிப்பு

மதில் மேல்
ஐந்து காகங்கள் அமர்ந்திருக்கின்றன
ஆறாவதாய் ஒன்று வந்ததும்
ஐந்தில் ஒன்று பறந்துவிட்டது
மற்றொன்று வந்ததும்
இன்னொன்று பறந்து போகிறது
அரைமணி நேரமாய்க் கவனித்தும்
ஐந்து மட்டுமே இருக்கிறது
ஆறாவது காகம் அங்கு
அமரவேயில்லை
மாடியிலிருந்து இறங்கி வந்து
போனைப் பார்த்தால்
நண்பர் ஒருவர்
ஐந்து முறை அழைத்திருக்கிறார்
என்னவாயிருக்கும் என்ற
கலக்கம் ஒரு பக்கம்
காகம் ஒன்றின் குரல் போல
ஒலிக்கிறது அசரீரி
நல்லதே நடக்கும்
அல்லது
நடந்தது நல்லது.

பா.ராஜா

நீர் சங்கிலி

தூங்காப் பறவைகள்
தீராதக் கண்ணீரோடு
பாடாவதி நிலத்திற்கு வந்திறங்கின
முற்றத்து நிலம்
வெயிலை பாயாய் விரித்து
பசியை நோயாய்
படுக்க வைத்திருக்கிறது
கொடுங்காலத்தில் இருந்தே
நாங்கள் தண்ணீருக்காக பாடுபட்டோம்
நன்னீர் கேட்டுத்தானே
தீ வேலியில் கால் வேக நடந்தோம்
கண்களில் வலிவாங்கிய பறவைகளோ
விருந்தாளியைப் போல
எங்கள் நிலத்திற்கு வந்திருக்கின்றன
நீர்தேடி நீர்தேடி
நிற்கிறது ஒரு நாரை
அலைகிறது ஒரு கூட்டம்
காலாதீதத்திற்குப் பிறகும்
ஊரின் எந்தப் பள்ளத்திலும்
இல்லாத நீருக்காக
மக்கள் அலைமோதுகின்றனர்
கண்களோ வறண்ட தாரையாகி
வானையே பார்த்துக்கொண்டிருக்க
எந்த அசைவிலும் உயிர் இல்லை
ஒரே குரல்
ஓயாத அழுகை
நீர் கிடைக்காத சோகத்தில்
திசைகளை மறந்தன பறவைகள்

எல்லாக் குரலும் ஒன்றாகக் கூடி
எல்லா திசையைப் பார்த்தும் கேட்கத்தொடங்கின ...
வயிற்றில் இருந்து
உயிர்கள் பிறந்த மாதிரி
வானில் இருந்து
நீர் பிறக்காதா..?! என்று....

அதிரூபன்

காபித்தோட்டத்தினூடே
செல்லும் தார்சாலை

மேலே வான்திரிந்து கொண்டிருக்கும்
சின்னக் குருவி
யை உமது தட்டை நிலத்தின் தடித்த ஆய்வேடுகளில்
சித்திரப்படமாகப் பதித்து திருப்தி கொள்வீர்
மரக்கூட்டங்களின் இலைஅடர்த்தியும்
புதர்ப்பந்தல்களின் நிழல்அமைதியும்
நீர் குருவி என சுட்டுவதிலிருந்து
அதனை விடுதலை செய்கிறது
உலகத்தீரே
புலப்படுகிறதா உமக்கு
புறந்தள்ளி எம்பும்
சிறுகால் உதைப்பில் ஆடும்
குருவி எனப்படாததின்
வானுயர்ந்த பொன்னூசல்

அகச்சேரன்

ஒரு பிரியத்தின் சிறகு முறிந்து
புதரில் விழுந்துவிட்ட பறவையை
மீண்டும் பறக்க வைக்க
எத்தனை கைகள் தாங்க வேண்டியிருக்கிறது?

அப்பறவை மனம் முறிந்து போவதற்குள்
பறக்கவைக்க வேண்டுமென
தங்கள் உள்ளங்கை சூட்டினால்
அதை கதகதப்பாக்குகிறார்கள்
ஒரு மரக்கிளையில் ஏற்றி விடுகிறார்கள்
அதன் ஒற்றைச் சிறகை நீவி விடுகிறார்கள்
பற பற என இருகைகளையும்
இறக்கை போல விரித்துக்காட்டி
பறவைக்கு பறத்தலை நினைவூட்டுகிறார்கள்

பறவை தான் எந்த ஆகாயத்திலிருந்து
முறிந்து விழுந்ததோ
அந்த ஆகாயத்தையே
மௌனமாக வெறித்துப்பார்த்துக்கொண்டிருக்கிறது
அது என்ன நினைக்கிறது என
யாருக்கும் புலப்படவில்லை.

மனுஷ்ய புத்திரன்

"மீண்டும் மீண்டும் அதே கிளையில்
அமர்கிறது பறவை
அப்படி என்ன செய்துவிட்டது மரம்?

தாங்கத் தெரிந்திருக்கிறது"

நேசமித்ரன்

பேசும் ஆந்தை

வித்தைக்காரன்
கடைசியாய்
பையிலிருந்து எடுத்தான்
பேசும் ஆந்தையை

“வணக்கம் தெரிவிக்க
தலை தாழ்த்திய மகாராணி
மணிமுடியைத்
தவறவிட்டாள்.
நகம் கடித்துச் சிரிக்கிறான்
நடைபாதையில்
உருளைக்கிழங்கு விற்பவன்.
புல் தின்கின்றன பெருச்சாளிகள்.
விஷம் தோய்ந்த அம்புகளை
மடியில் கட்டியிருக்கிறாள் ஜென்னி,
அவளைப் புதைத்த இடுகாட்டில்
பித்துப்பிடித்துத் திரிகிறான் டிம்.
இரவின் குறுக்காக
மேகங்கள் நகருகின்றன.
தர்பூசணித் தோட்டங்களோ
வானத்துக்கும் அப்பால்.
நட்சத்திரங்களுக்கு வணக்கம்”

ஆந்தை திரும்பப்
பைக்குள் போனது

திரும்ப எத்தனிக்கையில்
விரித்தத் துண்டில் பார்த்தேன்
சில்லரைகள் நடுவே
பிசிறற்ற இரு வட்டங்களாய்
ஆந்தையின் கண்களை.

அசதா

தான்
வந்து அமர்ந்து போனதற்கு
அடையாளமாய்
சிறகில் ஒன்றை
விட்டு விட்டுப்போனது
பறவை

சிறகு
மென் காற்றில்
உழன்றாடி உழன்றாடி
அறையின்
தனிமை தூசியை
துடைக்கத் தொடங்கியது

நீலம் பெருக
வாஞ்சையோடு
பார்த்துக்கொண்டிருக்கிறது
அந்த
முதிய கண்கள்.

இரா.மதிபாலா

அறைவனம்

பிறகு விசாரித்தபோது தெரியவந்தது
'அது கானகப் பறவையாம்
அடிக்கடி தென்படாதாம்
அபூர்வமாம்'

எப்படியோ
அறைக்குள் வந்து சிறகு விரித்தது

அலமாரியில் தொற்றி
அது யோசித்தபோது
புத்தகங்கள் மக்கி மரங்கள் தழைத்தன

நீர்ப்பானை மேல் அமர்ந்து
சிறகு உலர்த்தியபோது
ஊற்றுப் பெருகி காட்டாறு புரண்டது

ஜன்னல் திட்டில் இறங்கி
தத்தியபோது
சுவர்கள் கரைந்து காற்றுவெளி படர்ந்தது

நேர்க்கோடாய் எம்பிக்
கொத்தியபோது
கூரையுதிர்ந்து வானம் விரிந்தது

அறையைப் பறவை
அந்நியமாய் உணர்ந்ததோ
பறவையை அறை
ஆக்கிரமிப்பாய் நினைத்ததோ?

என்னவோ நடந்த ஏதோ நொடியில்
வந்த வழியே பறந்தது பறவை
அது
திரும்பிய வழியே திரும்பி போனது
அதுவரை அறைக்குள்
வாழ்ந்த கானகம்.

சுகுமாரன்

முதலில் பறவை பறக்கும் என்பதை நம்புங்கள்
அதற்கொரு கூடு
அதற்கொரு குடும்பம்
அதற்கு ஒரு கிளை இருப்பதையும் நம்புங்கள்
இல்லறம் உண்டு
இரவு உண்டு
காமம் உண்டு என்பதை நம்புங்கள்
அதுவும் இவ்வுலகிற்கு நம்மைப் போலவே
வாழவே வந்துள்ளது
என்பதை நம்புங்கள்
அதன் இல்வாழ்வில்
ஊடலும் கூடலும் இருக்கும்
நம்மைப் போலவே தான்
ஆனால் நாம் பறப்பதில்லை
ஆனால் பறப்பதைப் பிடித்து
கூண்டில் அடைப்போம்
பிறகு பறவை பறக்கக் கூடியது
என்பதை மறந்து விடுவோம்
வெகுளிப் பறவையோ கூண்டை
கூடாக்கிக்கொள்ளும்.

அய்யப்ப மாதவன்

சிட்டுக்குருவி

ஒரு சிட்டுக்குருவி பறந்துவந்து
தன் தலைக்குமேலே இருக்கும் ஓடாத விசிறியை
ஆட்டிப்பார்க்கிறது- சீப் சீப் என்று
கத்துகிறது அதைத் தூக்கிக் கொண்டு போய்த்
தன்வீட்டில் சுவராக வைக்கமுடியுமா
என்று பார்க்கிறது. முடியவில்லை.விசிறி
நகருகிறதே தவிர அதன் சிறிய மூக்கில்
வரமறுக்கிறது. அசையாது உட்கார்ந்து
படித்துக் கொண்டு உட்கார்ந்து கொண்டிருக்கும்
என் தலைமயிரைக் கொத்தி இழுக்கப்
பார்க்கிறது - ஊ ஏதும் வரவில்லை
மேஜை மேல் கிழிந்து கிடக்கும்
சிகரெட் தாள் கிழிசலைத் திருட்டுத்தனமாக
தூக்கிக் கொண்டு பறக்கிறது.
மீண்டும் இரண்டு நிமிஷம் கழித்து வந்து
விசிறியை ஆட்டிப் பார்க்கிறது.
சீப் சீப் என்று கூவிக் கொண்டே
மூலையிலிருக்கும் விளக்குமாற்றிலிருந்து
ஒரு குச்சியை லாவகமாக எடுத்துப் போகிறது.
ஒவ்வொரு தடவையும் விசிறியை ஆட்டிப் பார்த்துவிட்டு
ஓரு கடலைத்தொலி, ஒரு காகிதத்துண்டு
ஒரு ஜிகினாத்தாள், ஒரு கடலைத்தொலி
இவற்றை எடுத்துப் போகிறது.

கவிதை எழுத உட்கார்ந்த நான்
எனக்கும் அந்தச் சிட்டுக் குருவிக்கும்
என்ன வித்தியாசம் என்று எண்ணிப் பார்க்கிறேன்.

க.நா.சு

ஒரு பறவையால் மட்டுமே விதைக்க முடிந்த மரம்

சமவெளி மக்களுக்கு
மலையின் தேனும் கிழங்கும் மிளகும்
பிடிக்கும் என்பது தெரியும்
புதிதாய் அவர்கள்
ஒரு மலரையும் கேட்கிறார்கள்
கோடைப்பருவம் முழுக்க
அந்த மலர்
மலையை ஆட்சி செய்யும்
தெய்வத்தின் கோடை வடிவம் என்று
நாங்கள் வணங்கும் அம்மலரை
அவர்கள்
எப்போது கேள்விப்பட்டார்கள்!
யார் சொல்லியிருப்பார்கள்?
மலைப் பொருட்களுக்கு இருக்கும்
மதிப்பும் உயர்வும்
மலைவாசிகளுக்கும் இருக்கு என்பதை
ஏற்க முடியாதவர்கள்
மலையில் தோன்றும்
அரிதானவைகள் எல்லாம்
பண்டமாற்றாக தரையிறங்கும் என்பதால்
எதற்காகவும்
மலையேறி வராதவர்கள்
அந்த மலருக்காக வரத் தொடங்கினார்கள்

ஒருநாள்
ஒரு கூட்டமே வந்தது
அப்போது கோடைக்காலம்
முடிந்து போயிருந்தது
உயர்ந்த மரத்தில்
சிறிய இலைகள் மட்டுமே
அசைந்து கொண்டிருந்தன
அக்கூட்டமானது
அந்த மலர் அரும்பும் மரத்தை
வளைத்து வளைத்துப் பார்த்தது
மலையெங்கும்
பரவி விரவியிருக்கும் மரமல்ல அது
அஃது அரிது
அதை அறியாத அவர்கள்
மலை முழுக்க அலைந்தார்கள்
நாங்கள் ஒன்றிரண்டைக் காட்டினோம்
சிறிய கன்றுகளை
வேரோடு அகழ்ந்து கொடுக்கச் சொன்னார்கள்
நாங்கள் அக்கன்றுகளைப்
பார்த்ததில்லை என்பதை
அவர்கள் நம்பவில்லை.
உண்மையில் நாங்கள் பார்த்ததில்லை
அது மலரும்போதுதான்
மலைக்கே தெரியும்
அதன் விதைகளை இதுநாள்வரை
நாங்கள்
விதைத்ததும் இல்லை
ஆனால், அவர்கள்
நம்ப முடியாமல் கேட்டார்கள்
அடுத்தக் கோடைக்காலத்துக்காக காத்திருந்தோம்
அவர்கள்

தொடர்ந்து வந்த வேறு வேறு
பருவகாலத்திலும் வந்தார்கள்
மரத்திலிருந்த இலைகளும்
உதிர்ந்து போயிருந்தன
எங்கள் இயல்பைக்
கெடுப்பதற்குரிய சொற்கள்
அவர்களிடம் இருந்தன
மலையின் அமைதி
காட்டுத்தீயால் கெட்டு விடுவதில்லை என்பது
அவர்களுக்குப் புரியவில்லை
கோடைக்காலம்
குகைக்குள் இருந்து வெளியே வரும்
ஒரு புலியைப்போல் வந்தது
மலையை ஒளிவெள்ளத்தில் ஆழ்த்தும்
அந்த மலர் அரும்பத் தொடங்கியது
ஒவ்வொரு நாளும்
அவர்கள் கண்காணித்து வந்தார்கள்
காய்கள் பழுக்கும் வரை
காத்திருக்கச் சொன்னோம்
குயிலின் கண்களைப்போல் இருக்கும்
பழங்களை
சேகரித்துக் கொடுத்தோம்
அவர்களுக்கு நன்றி சொல்லத் தெரியவில்லை
அது இன்னும் வளராத பண்பாடாக
அவர்களிடம் இருப்பதாகச் சொல்லப்பட்டது
அந்த விதைகள்
சமவெளியில் மட்டுமல்ல
மலையில் கூட
விதைத்தால் முளைக்காது என்பதை
அவர்கள் திரும்பி வந்தபோது
சொன்னோம்

அவர்கள் சினம் கொண்டார்கள்
மலையில் கூடாரம் அடித்தார்கள்
மலையில் விதைத்து
கன்றாகத் தாருங்கள் என்றார்கள்
விதைத்தோம்
அந்த விதைக்குத் தேவையான
ஆழம் தெரியாமல் விதைத்தோம்
அதற்குத் தேவையான வெப்பமும்
புரியவில்லை
ஈரமும் புரியவில்லை
விதைகள் கண் திறக்கவே இல்லை
அவர்கள் சினந்து
சில மரங்களை
மலையிடமிருந்து நீக்கிவிட்டு
தரையிறங்கிவிட்ட நாளில்
அந்த மஞ்சள் மலர் பூக்கும்
மரத்தின் அடியில்
நாங்கள் குழுமினோம் இரவில்.
அதன் பட்டைகளைத் தொட்டு
வாக்கு கொடுத்தோம்;
இந்த மரங்களை விதைப்பதற்கு
ஒரு பறவை வரவேண்டும் என்பதை
அவர்களிடம் நாங்கள்
ஒருபோதும் சொல்லப்போவதில்லை.

மௌனன் யாத்ரீகா

தானியங்களை இறைத்து

தானியங்களை இறைத்து
உன் வீட்டு மாடிக்
கிளிக் கூட்டத்தை தன்னிடத்தே
அழைத்துக் கொள்கிறாள் சிறுமி
கிளிகள் மாயப் பச்சைக் கம்பளமாய்
மேலெழும்பிப் பறப்பதன் அற்புதத்தைப்
பார்க்கத்தானே வந்தாய்
அவை
உன் மாடியில் பறந்தாலென்ன
அவள் மாடியில் பறந்தாலென்ன
என சும்மா இருக்க முடியவில்லை உன்னால்
என் கிளிகள் என் கிளிகள் என
மனம் பதைபதைக்கிறாய்.

எம்.டி.முத்துக்குமாரசாமி

ஒரு பறவை பறப்பதை
நீ பார்த்திருக்கிறாய்
ஒரு முறை
இரு முறை
பல முறை
பல்லாயிரம் முறை....
உனக்கு நிறைய பழைய உவமைகளும் தெரியும்.
அதில் ஒன்று
ஒரு வெண்ணெய்க் கட்டியை கத்தியால் வெட்டுவது.
ஆனால் ஆகாசத்தை தன் சிறிய அலகுகளால் கிழித்து
அவை பறப்பதைச் சொல்ல
உண்மையில் எந்த உவமைகளும் இல்லை
வேண்டுமானால் இப்படிச் சொல்லிப் பார்க்கலாம்
நீரிலும் காற்றிலும்,
தரையிலும் கூட தலை இடித்துக் கொள்கிற நம் வாழ்க்கைக்கு
எப்போதும்
ஒரு படி மேலே,
அது
பறந்து கொண்டு இருக்கிறது.
ஆனால்,
துரதிர்ஷ்டவசமாக
இது உவமை இல்லை.

பொன்முகலி

ஏதோ ஒரு பறவை

வாளிக்குப்பையைக் கொட்ட
வாசல் தாண்டியபோது,
பறத்தலினின்று நழுவி
எருக்கங்செடியில் இருந்தது
பார்த்தேயிராத ஒரு பறவை

விசிறி மடிப்பு பாவாடை நலுங்காது
கொசுவி அமர்ந்த சிறுமியின்
தோற்ற ஒழுங்கிலிருக்கும் சிறகுகள்

அவை-

நீலத்தோடு நிறங்கள் தோய்ந்த
மாலை வானை நறுக்கி வார்த்தவை
உருளாத விழிகளோ
உயிரற்ற பகல் நட்சத்திரங்கள்

ஏராள மரங்கள் தவிர்த்து
எருக்கைத் தேர்ந்தது
ஏனோ தெரியவில்லை
களைப்பின் சாயலில்லா
கம்பீர அலட்சியம்

இறகுகள் கோதி
விரல் வழி பிரியம் செலுத்த
விருப்பூட்டும் என்னுள்
ஆனாலதன் பாராமுகத்தால்
ஆதங்கம் சுடும்

இ ற கி சை ப்

கையிலோ குப்பை கனக்கும்
கதவு திறந்த வீட்டில் காரியங்கள் இருக்கும்

ஓசையற்று குப்பை சரித்தாலும்
உலுக்கிப் பறக்கும் அது-

ஒரு முறையேனும் குரலைக் காட்டாமல்;
வண்ண அம்புபோல்,
வாய்க்காத கனவைப்போல்,
இன்னும் அனுபவித்திராத
இனிமையின் இறுதி விளிம்பைப்போல்.

உமா மகேஸ்வரி

மகா அற்புதம்

பிரபஞ்சத்தின் நடுவில்
பறவை மிக உன்னதமாக பறக்கிறது
அதனசைவு காலக்கோட்டை கிழித்துப் பாய்கிறது
காற்றை உற்பத்தி செய்யும் இயற்கைபோல்
வெறுமன அதனை நோக்கி அமர்ந்திருக்கிறேன்
ஆசை முதிர்ந்து அன்பானதுபோல்
வயது முற்றிய உலகை
குழந்தையொன்று
கல் இருக்கையில் இருந்தபடி
தூக்கிப் பிடித்து விளையாடியது
பாருங்கள் நண்பர்களே
காலமும் பிரபஞ்சமும்
மேலும் கீழும் எப்படி போய்வருகிறதென்று

அனாமிகா

மனிதனும் பறவையும்

சாலையோரம் கிடக்கிறது
அந்தக் காக்கை
அனாதைப் பிணமாக

சற்று முன்தான்
நிகழ்ந்திருக்க வேண்டும்
அதன் மரணம்.

விபத்தா?
எதிரிகளின் தாக்குதலா?
இயற்கை மரணமா?
எதுவென்று தெரியவில்லை.

மரக்கிளையின் மதில்சுவர்களில்
கரைந்திரங்கல் தெரிவித்துக்
கலைந்து போயிற்று
உறவுக்கூட்டம்
அனாதையாகக் கிடக்கிறது அது.

சற்று முன்னதாக
ஏதேனும் வீட்டு வாசலில்
அல்லது கொல்லை மரக்கிளையில்
உறவின் வருகையறிவித்து
அதற்கான உணவை
யாசித்திருக்கலாம்

செத்துக்கிடந்த எலியை
இனத்துடன் சேர்ந்து
கொத்திக் குதறியிருக்கலாம்
மைனாக் குருவியை
விரட்டிச் சென்றிருக்கலாம்.

கருங்குருவியால் துரத்தப்பட்டிருக்கலாம்
தன் ஜோடியுடன்
முத்தமிட்டுக் கொஞ்சியிருக்கலாம்.
கூடு கட்ட நினைத்திருக்கலாம்.
இப்போது அனாதையாய்
இந்தச் சாலையோரம்.

மனிதன் இறந்துகிடந்தால்
காவலர் தூக்கிச் செல்வர்.
அற்பப் பறவையிது
கவனிப்பாரில்லை

சற்று நேரத்தில்
நாயோ பூனையோ
கவ்விச் செல்லலாம்.
குப்பையோடு குப்பையாய்
மாநகராட்சி வாகனத்தில்
இறுதிப்பயணம் செய்யலாம்.

அற்பப் பறவையன்றோ அது.

ராஜமார்த்தாண்டன்

நீல இறகு

கிளி அழுதது
வானம் பச்சையாய் இருக்கவில்லை
கிளி அழுதது
இறக்கை நீலமாய் இருக்கவில்லை
கிளி கடல் பார்த்தது
கிளியைக் காணவில்லை
கரை ஒதுங்கியுள்ளது
ஓர் ஒற்றை நீல இறகு

தென்றல்

தற்செயலாய் முடிந்துகொள்கிறது வானம்
வொரு சிறுபறவைக்கு பறத்தலென்பதே யில்லாமல் போகிறது
அந்த இடைவெளியில்
தன் வாழ்வென்பதையும் அதன் வெறுமையென்பதையும்
திரும்பத்திரும்ப அறிந்துகொள்கிறது அது.
மிகச் சீக்கிரமாய் கூடு திரும்ப வேண்டும்
அதற்கு,
ஒவ்வொரு கிளையிலிருந்தும் விழுகின்ற
ஒவ்வொரு வாழ்வையும்
அது பார்த்தாக வேண்டும்
அவ்வளவு நெருக்கமாக..

ஜீவன் பென்னி

தென்னை மடல் ஒன்றிலிருந்து

எழுந்த காகத்தின் நிழல்
நிறைய மடல்களைக் கடந்து
சென்று கொண்டிருந்ததைப் பார்த்தேன்
காகத்திலிருந்து மறைந்து
காகம் தனியே அது தனியே

வெகுதூரத்திற்கு அப்பால்
காகத்தில்
இணைந்தது
இருவேறு பறவைகள் போலும்

ஏறியிறங்கி மடல்களில்
தாவி செல்கையில்
வெறும் நிழலென்றே
நினைத்திருப்பார்கள்
தன்னுடலையும் எடுத்துக் கொண்டே
அது பறந்து சென்றது

நிழலுக்கு உண்டு
ஒரு தன்னுடம்பு

பறவையின் நிழலொரு
தனிப்பறவை

லஷ்மி மணிவண்ணன்

சற்றைக்கு முன்

சற்றைக்கு முன்
ஜன்னல் சட்டமிட்ட வானில்
பறந்துகொண்டிருந்த
பறவை
எங்கே?
அது
சற்றைக்கு முன்
பறந்து கொண்
டிருக்கிறது.

ஆனந்த்

குருவி

முதல் குண்டு விழுந்தபோது அந்தத் தாய்க்குருவி
அவயத்தில் இருந்தது
தனது முட்டைகளில் செயற்கையாக
வீறல்கள் விழுவதுகண்டு கலவரப்பட்டது
கட்டடங்கள் சரிந்துவிழும் பேரிரைச்சல்களினூடாக
ஓடுகளைத் திறந்துகொண்டு தமது
குழந்தைகள் வெளிவருவதைக் கண்டு
மேலும் பதற்றம் கூடிய அது
பறந்து சென்று இரை பொறுக்கிவரப் பயந்தது
குழந்தைகளின் ஈர உடம்புகளில்
சிமிண்ட் புழுதிகள் படியத் தொடங்கின
தனது கூடு நிலைத்திருப்பது பற்றிய
நிச்சயமற்றிருந்த தாய்
புழு பூச்சி தானியமணிகள் தேடி வெளிச் செல்ல
நகரமெங்கும் இடிபாடுகளுக்கிடையில்
ரத்தம் கசிந்து கொண்டிருந்தது
கவச வாகனங்களும் இரும்புத் தொப்பிகளும்
இயந்திரப் பறவைகளும் நகரத்தை
சுற்றி வளைத்திருப்பதைக் கண்ட தாய்ப்பறவை
வெறுங்கையோடு கூட்டுக்குத் திரும்பியது
பசிகொண்ட குழந்தைகள் அம்மாவைக் கொத்தின
அம்மாவுக்கு அழுகை முட்டிக்கொண்டு வந்தது
நீர் கோர்த்த அதன் கண்களுக்கு எட்டும் தூரத்தில்
ஆயுதத்தைப் பற்றியபடி அறுந்து விழுந்த
ஒரு மாமிச உறுப்பு சில நாட்களாக
அழுகிக் கொண்டிருப்பதை
மீண்டும் பார்த்தது - பசியின் நடுக்கத்தோடு.

மாலதி மைத்ரி

ஆயிரம் சிறகுள்ள பறவை

ஆயிரம் சிறகுள்ள பறவை அது
பறக்காமலே இருக்கிறது அங்கே
பறவையின் கண்களோ சதா சாற்றியேயிருக்கிறது
இறந்து போய்விடவில்லை
புழுக்கம் பொங்கும் வேளைகளில்
தனக்குத்தானே விசிறிக்கொள்கிறது
தன் சோர்ந்த சிறகுகளால்
தோடுபோல் போர்த்தியிருக்கும் இமைகளில்
குமிழ்ந்திருக்கும் கொலுசுமணித் தியானம்
காணும் போதெல்லாம் கலங்கடிக்கிறது
ஆயிரம் சிறகுள்ள பறவை
ஆயுள் தவமிருக்கிறதோ அங்கே?
கிளையில் அசையும் காற்றுகள்
தொலைவில் கலையும் மேகங்கள்
பனியில் புதையும் பாதைகள்
வழியில் உதிக்கும் பூக்கள்
நினைவில் அதிரும் வீணைகள்
நிழலில் ஒளியும் கவிதைகள்
சுழியில் குழையும் ஆறுகள்
கரையில் சுவர்க்கும் ஆழிகள்
கதிரில் முதிரும் தழல் கற்றாழைகள்
என என்னையும் யாவையும் ஒவ்வொன்றாய்
இழந்து கொண்டிருக்கிறேன் எந்நாளும்
தவமிருப்பது சுலபம்;
வரமாகி வருவது எத்தனை சிரமமென்று
அறிந்திருக்கவில்லையோ

ஆயிரம் சிறகுள்ள பறவை?
அனுதினமும் பெருகி வருகிறது
அலமாரியின் முணுமுணுப்பும் அங்கலாய்ப்பும்
அதன் வசிப்பிடத்தை மாற்றிக்கொள்ள
பறவைக்கு மனசில்லை
எனக்கும் துணிவில்லை
பிரியமாக பரிசளித்த டைரி
பிரிவுக்குப் பின்
பறந்து காட்ட தாயில்லா பறவையாகுமென்று
நீ அறிந்திருக்கமாட்டாய் தோழி!

ஜெ.பிரான்சிஸ் கிருபா

சிறகுகளைக் கத்தரித்தல்

பறவைகளை
சிறைப்பிடிப்பது
வளர்த்தலாகுமா
என்பதென்
ஞானக்கேள்வி

வல்லூறுகள் பற்றிய
கவலையில்லை
மேலும்
சிறுதானியச்சேர்க்கைக்கான
ப்ரயத்தனமுமின்றி
வாழ்வதிலென்ன சிரமம்
என்றவனை

வானக்கூரைக்கு
என்ன செய்வாயென்றதும்
படபடத்தான்

ஆளரவமில்லாப் பின்னிரவில்
மலைகளைத் தாண்டி
நகரத்தின் இடுக்கிலிருந்த
மண்மரப்பொந்தையடுத்துக் கூவினேன்
மறுபடி கூவி
கதவு திறந்தது என் பஞ்சவர்ணம்
கீச்சொலியெழுப்பின குஞ்சுகள்.

ஜான் சுந்தர்

பறவைகள் கூடடைகின்றனவா?

இந்நகரத்தில் அதிகமாகப் பறவைகள் இல்லை
சில காகங்கள் உண்டு
எலியுமில்லாத பாம்புமில்லாத
குழைந்த ஓரடி உருவைக்
கொத்திக் கொண்டிருந்தது
நடுரோட்டில் ஒரு காகம்
வெயில்
என்னைத்தவிர யாரும் நின்று பார்க்கக்கூட இல்லை
நகரம் தாண்டிய வெளியில் வினோதப்
பறவைகள் உண்டென்கிறார்கள்
கரையும் கத்தும் கீச்சிடும் முறைக்கும்
பறவைகள்
வேடிக்கை பார்க்கத் தெரியாதவையா
தானியங்களுக்காக அலகு வளர்த்து வாழ்பவையா
வேகமாக மோதி
நிதானமாகக் கண்ணாமுழிகளைத் தோண்டும்
திரைப்படத்தைப் பார்த்ததில்லையா
காலகாலமாக
முலைக்காம்புகளைக் கொத்தி ருசித்த அலகுகள்
புராணத்தைக் கேட்டதில்லையா

மனிதச் சிறுவர்கள் கூடடைகிறார்களா இல்லையா
கூடுகளை எவ்வாறு பத்திரப்படுத்துகிறார்கள்
களமாடக்கூடியவையா அவை
பறவைகளுக்கு
அக்கறை ஆசை திட்டம் இல்லையென
உறுதியாகச் சொல்ல முடியுமா

பெருந்தேவி

இடறிய மொழிமை

பள்ளத்தாக்கில்
ஆதிச் சொல்லைக்
கண்டெடுத்தது
செஞ்சாம்பல் நிறக் கழுகு
காட்டுப் பன்றி
மூர்க்கமாக
விரட்டும் நேரத்தில்
குழந்தையொன்று
தொழுவத்துச் சிறுகட்டையில்
தடுக்கி வீழ்ந்து
வாழ்வின் முதற்சொல்லைத்
துப்புகிறது
கழுகின் அலகிலிருந்து
ஆதிச் சொல்
கழன்று
காட்டின்
ஈர நிலத்தில் விழுகிறது.

ஸ்டாலின் சரவணன்

இருத்தலின் குரல்

பறக்காதபொழுது
என்னவாக இருக்கிறாய்
நேராக வானம் சென்று கேட்டேன்

இதை அறியவா
பறந்து வருகிறாய், பார்
எல்லா இரவுகளிலும்
சூரியன் சூரியன்தான்

ராக்காலங்களில் மரங்கள்
நடை பயில்கின்றன
வனம் விட்டு வெகுதூரம்

ஒற்றையடிப் பாதையின் குறுக்கே
கடல்
அதில் மீன்கள் வாழ்கின்றன
மனிதர்கள் நீந்துகிறார்கள்
விலங்குகளைக் காட்டில் மறைத்து
பஞ்சதந்திரத்திற்கு
மிருகமாகும் விளையாட்டில்
தரையெங்கும் திளைக்கிறார்கள்

மனசின் மிகச் சமீபத்தில்
இப்போது பிறக்கும் உலகின்
முதல்
தாள் ஒன்றைத்
தரையில் விரித்து
சிறகுகளுக்கு வர்ணம் பூசுகிறார்கள்,
உன் சிசுக்கள்
பின் குதூகலமாகப் பறக்கிறார்கள்

...ஆம், இருக்கிறேன்
என்றது பறவை,
இல்லாமலா

ஷா அ

புங்க இலைகள் விழுகின்றன, வளர்கின்றன

கோடைக்காலத்திற்கு முன்பாக
புங்க மரத்தின் இலைகள் யாவும் உதிர்ந்து விட்டன
வானம் கொஞ்சம் பரிசுத்தமாகத் தெரிகிறது தற்போது
அநேக பறவைகள் அமர்வதும்
அவற்றின் நகங்கள் தெள்ளத் தெளிவாகத் தெரிவதும்,
அவற்றின் கண்கள் மனிதர்கள் மேல்
நம்பகமின்மையால் விரிவதையும் கண்டுகொண்டேன்.
பின்பனிக் காலத்தில் எல்லாம் மாறிவிட்டன.
சிறிய மைனாக்களின் ஓசையைத் தவிர
அடர்ந்த இலைகளால் சூழப்பட்ட மரத்தில்
எதையும் கேட்கவோ, பார்க்கவோ முடிவதில்லை
மேலும்
நம்பிக்கையின் கண்கொண்டு
இந்த மைனாக்களுக்குக்
காத்துக் கொண்டிருக்கையில்
காதிற்குள் பரவும் மைனாவின்
ஒவ்வொரு ஓசையும்
மனத்திற்குள்
ஒவ்வொரு மைனாவாக
என்
அன்பின் கிளைகள்மேல் அமர்கின்றன.

ராணிதிலக்

மூன்றாவது பறவை

மாலைப்பொழுதின் வெய்யில்
திறந்திருந்த ஜன்னலின் வழியே
அறையின் உட்சுவரில் மினுமினுக்கிறது.
ஜன்னலின் வெளிப்புற கம்பியில் உட்கார்ந்திருந்த
சிறு பறவையின் நிழல்
சுவரில் அசைந்தசைந்து பிரதிபலித்தபடி இருக்கிறது.
நிஜப்பறவைக்கும்
நிழல் பறவைக்குமிடையே நீண்டிருந்த
வெய்யில் பறவை
முதலிரு பறவைகளும் மறைந்த பின்பு
நிஜத்திலிருந்து நிழலுக்கும்
நிழலிலிருந்து நிஜத்திற்கும் இறக்கையின்றி
பறந்து திரிகிறது.

ராஜேஷ் வைரபாண்டியன்

ஓர் இரவு விருந்தாளி

வீட்டின் கதவைத் திறக்கும்போதே
அறிந்து கொண்டேன்
யாரோ உள்ளே இருப்பதை

ஓ நீங்களா
பூட்டிய அறைக்குள்
எப்படி வந்தீர்கள்?

என் வீட்டின்
தனிமை நீங்க
இதை வளர்க்கலாம்

ஆனால் சிட்டுக்குருவியை
வளர்ப்பதென்பது
அவ்வவளவு சாத்தியமல்ல
அதவும் ஒற்றைக் குருவியை

அதன் ஸ்பரிசத்தை வருட எத்தனித்தேன்
ஆரம்பமானது விளையாட்டு
அறையின் எல்லா மூலைகளிலும் ஓடி
களைத்து அமர்ந்தோம்

சிரித்தேன்
தலைகீழாகத் தொங்கும்
பூவிளக்கில் அமர்ந்து
மிரட்சியுடன் பார்த்தது

மறுபடியும்
விளையாட்டு
இம்முறை
தீவிரமடைந்த

என் விளையாட்டுக்கு
ஈடுகொடுக்க முடியாமல்
முகம் பார்க்கும் கண்ணாடியில்
மோதி விழுந்தது

வெற்றிப் புன்னகையுடன்
கையில் எடுத்து வருடினேன்
நடுங்கும் ஸ்பரிசம்
மேலும் நடுங்கியது

காயமான அலகில்
மருந்து தடவினேன்
மூன்று பருக்கையும்
துளிக் குழம்பும் பிசைந்து
ஊட்டினேன்
உண்ண மறுத்தது
தண்ணீராவது குடி
புகட்டினேன்
கீ...கீ...என்று
முதன்முறையாகப் பேசியது.

என்னதான் வேண்டுமோ?
ஜன்னலைத் திறந்து வெளியில் விட்டேன்
தாழ்வாகப் பறந்து
இருளில் மறைந்தது

எனதிந்த சேவையைப்
பதிவு செய்தேன்
என் நாட்குறிப்பெங்கும்
உதிர்ந்துகொண்டேயிருக்கின்றன
அச்சிறிய பறவையின்
இறகுகள்.

மண்குதிரை

பறவையின் நிழல்

பெருநகரத் தார்ச்சாலையில்
சட்டென வீழ்ந்து
சல்லென நீந்தி
நீண்டதோர் கட்டிடத்தில் மோதி
சிறு விபத்துமின்றி மறைந்தது
ஒரு பறவையின் நிழல்.

சி.மோகன்

என் கிளியின் உலகம்

என் கிளியின் உலகம் விசித்திரமானது
இளந்துளிரும் ஆணிவேரும் தொடும் புள்ளியில்
சுழல்வது.
வெயிலை அச்சாகத் தேர்ந்து கொண்டது.

போகப் போக, கிளி
என் வீடளவு தன்னுலகை விரித்துக்கொண்டபோது
அது எங்கள் உலகமாகிப் போனது

எங்கள் உலகம் தனித்துவமானது...
எல்லோரையும் ஏற்றுக் கொள்வது
எல்லாத் திசையிலும் திறந்திருப்பது

என்றாலும் எங்களுக்கு விளங்கவில்லை...
யாதொரு காரணமுமின்றி
ஏன் சிலர் எங்களை நீங்க விரும்புகிறார்கள்?
ஏன் இரவினை அதற்கெனத் தேர்கிறார்கள்?

அப்போது எங்கள் உலகின் அச்சு
கொஞ்சம் பாகை மாறுகிறது.
நம்பற்கரிய அந்நிகழ்வுகளில்
சாட்சியாக விரும்புவதில்லை
என் கிளியும் நானும்.
நின்று கொண்டே தூங்குவதாய் நடிக்கிறோம்
விழித்தெழுகையில் எங்கள் உலகம்
முந்தைய அச்சில் சுழலுமென்று
நம்புகிறோம்.

கதவுகளின் மீதே கோபம் கொள்கிறோம்
அதைத் தாண்டிச் செல்லும் மனிதர்களின் மீதல்ல.
மறுநொடியே கதவு திறந்து
அவர்கள் திரும்பிவரக் கூடுமென்று எண்ணுகிறோம்.
நிராசையடையாமல் நின்றுகொண்டேயிருக்கிறோம்.
இப்படியாகச் சில யுகங்கள் சென்ற பின்னர்
கால்கள் துவளத் தொடங்குகின்றன
எல்லாம் இந்தக் கதவுகளால்தான்!

இனி
உள்நுழையும் வெளியேறும் வழிகளை
மாற்றியமைக்கிறோம்.
என் மனத்தில் வைத்து
கிளி மனத்தில் ஒளித்து விட்டோம்
உள்நுழையும் வழியை.
கிளி உயிரில் வைத்து
என் உயிரில் மறைத்துவிட்டோம்
வெளியேறும் வழியை.
மந்திர தந்திர தேவதைக் கதைகளில்
நம்பிக்கையற்றோரே...
என் கிளி ஒளித்து வைத்திருப்பதைத்
தேரும் துணிவிருந்தால்,
எங்கள் மனவுலகம் உங்களுக்குத் திறந்திருக்கிறது
இப்போது.

கார்த்திகா முகுந்த்

நூறாயிரம் கத்திகள்

இந்த வெய்யிலில்
ஆயிரம் சிறகுள்ள ஒரு பெரும்பறவை
ஆகாயத்தில் மேகமென பறந்தலைகிறது
வானுக்கு எட்டும் என்மன நாக்கு
இன்னும் பெய்யாத
மேற்கில்
சூல்கொண்ட பெருமழையை
மேகத்திலிருந்து
கிழக்கில் கிழிறக்கி நக்கிச் சுவைக்கிறது
ஆயிரம் சிறகுள்ள பறவை இந்த மேகம்
அது என் தலைக்குமேல்
நின்று
ஒவ்வொரு சிறகாக
தன் ஆசீர்வாதத்தின்
பொன் இலைகளை பெய்யெனப் பெய்கிறது
நான் ஆயிரம் சிறகுள்ள பறவை
நூறாயிரம் கத்திகள் விழுந்த நிலத்தில்
நான் யாரை முத்தமிட
எங்கே செத்து விழ.

பாலை நிலவன்

ஒரு குருவி கொத்தும் அளவுதான்

உச்சிப்பாறையின்
பிரார்த்தனை
எத்தனை கனமோ
சரியாக
அத்தனை கனம்தான்
அடிவாரத்துக் கூழாங்கல்லின்
பிரார்த்தனையும்
அவ்விரு பிரார்த்தனைகளையும்
கொத்தி
வாய் கவ்விக்கொண்டு
வான் பறந்து செல்லும்
குருவி சொன்னது
எனக்கு

வ.அதியமான்

புறக்கணிப்பின் சோகம்

காற்றுச் சலனத்தில்
தாய்ப்பறவை உணரும்

செவ்வாய் திறப்பில்
வயிற்றுணவு இடம் பெயரும்

நிழலசைவில் தாய் உணர்ந்து
பசிக்குரலில் முகம் நோக்க
குரல்வளர்ப்பு இனம் காட்டும்

ஏமாற்றக் கோபக் கொத்தல்
செவ்வாயில் ரத்தம் வடிக்கும்
தாயென்று வாய் திறக்க
பசிவலியில் கொத்து விழும்
உடன்பிறந்த குஞ்சுகளோ
ஊட்டி ஊட்டி வளர்க்கப்படும்

ஊட்டி வளர்ப்பது
காகா என
அது மட்டும்
கொத்துப்பட்டுக் கொத்துப்பட்டுக்
குயிலாகும்

பிஞ்சுமனத் துன்பம்
தாய் அறியா அவலம்
ஒரே கூட்டில் பிறந்தும்
உறவற்ற வாழ்க்கை
இப்போதும் அதன் குரலில்
அந்தநாள் ஊற்றெடுக்கும்

மரன் (ம.ரா)

மகத்தான நீர்க்காக்கை

தனக்குத்தானே கேள்விகள் கேட்டு
தனக்குத்தானே பதில்கள் சொல்லி
தன்னோடு தான் பேசி
ஒரு நீர்க்காக்கையின் வாழ்க்கை வேட்டையைப்போல
தானே சிரித்துக் கொண்டிருக்கும் கவிஞனின் இருப்பு
அவ்வளவு மகத்தானதில்லைதான்

உதய பருவத்தில்
நதி மீண்டொரு கிளைநின்று
அகலச் சிறகுகள் விரித்து
நீண்டு மெலிந்த கழுத்து நிமிர்த்தி
சிறகுகள் உலர்த்தும்
சிலுவைப் பேரழகில்...

உள்நீச்சலில் நதிமேலிடும்
சாகசக் குறிப்புணர்த்தலில்...

சிறகுகள் முடக்கி கால்களால் நீந்தி
கழுத்தளவு வெள்ளம் காட்டும்
காட்சிப் பிழையில்...

ஒரு நீர்க்காக்கையின் வாழ்க்கை வேட்டையைப் பற்றி
எவரிடமும் கேட்காமல்

தனக்குத்தானே கேள்விகள் கேட்டு
தனக்குத்தானே பதில்கள் சொல்லி
தன்னோடு தான் பேசி
தானே சிரித்துக் கொண்டிருக்கும் கவிஞனின் இருப்பு
அவ்வளவு மகத்தானதில்லைதான்.

கண்ணகன்

காயப்படுத்தாமலிருக்கும் கலை

தன் அலகில் ஒரு சுள்ளியோடு
கூடுகட்டுவதற்கென
அங்கு வந்திருந்தாள்.

கிளையில் அமர்ந்தவுடன்
அவளுக்குத் தெரிந்துவிட்டது போல.
மரம் இறந்துகொண்டிருக்கிறது என்று.

சட்டெனச் சிறகை விரித்துவிட்டாள்.

பறவைகளுக்குத் தெரிந்திருக்கிறது.

நமக்குத் தெரியவில்லை.

ஜெ.ரோஸ்லின்

அழகான சாட்டை

என் இறுதிமூச்சாக நான் வெளியேறுமுன்
வந்து நிற்கிறாய் சிட்டுக்குருவியே
இதுவரை என்னிடம்
எதுவும் நீ எதிர்பார்த்ததில்லை
ஆனால் நான் உன்னிடம் தெரியத் தவறியது ஏராளம்
ஒரு பறவை இறப்பதற்கும்
ஒரு மனிதன் எனும் பெயரில் நான் இறப்பதற்கும்
உள்ள வித்தியாசமும் புரிகிறது இப்போது
புத்தகங்கள் மட்டுமே கூடி நிற்க இறப்பது
என்பதுகூட வேதனையில்லை

உன் பாடல்களில்
எவ்வளவோ கேட்டிருக்கலாம்
சுடரின் இறுதிப்புள்ளி இக்கணம்
பாமரக் கண்ணின் கடைசி அசைவில்
புலப்பட வேறு உயிர் காணேன் சுற்றிலும்

கரெக்ட் டயம் பார்த்து தெரு இறங்கி
கடலை பொரிக்காரனிடம் கையேந்தும் வீட்டுநாய்
அடிக்கடி மரமேறும் காக்கா முட்டை திருடும் அறைப்பூனை
புகைப்பட அப்பாவின் காலர் கடிக்கும் கரையான்கள்
புத்தகங்கள் புகுந்து அசிங்கப்படுத்தின கரப்பான்கள்
என் முன்னால் கூச்சமின்றிப் புணரும் பல்லிகள்
இரவில் உடலேறி இம்சிக்கும் பெண் கொசுக்கள்
ஒரு ஜீவனைக் காணவில்லை
நான் சொல்லிக் கொண்டு போக

புருஷனுக்குத் தெரியாமல் பலதடவை பிணங்களுக்கு
கொஞ்சம் தலைக்கு வெண்ணையும்
காட்டுக்கு வறட்டியும்
இலவசமாகத் தந்த ஒரே அக்காவும் எங்கோ
தொலைவூரில் சாணி தட்டும் ஓசை கேட்கிறது

நான் வெளியேறிய பின்னால்
சிலர் வரக்கூடும் மனித உடையில்
ஜென்மம் நீங்கின ஒரு கவிஞனைக்காண
இருதயம் நிற்கும் முன்பே இறந்துவிட்ட மனிதர்களில்
நானும் ஒருவன் என்பதெல்லாம்
நீ அறிந்ததுதானே, என் சிட்டே.

இனியொரு சிறு உதவி:
உன் பாடல்களின் வழிகளிலெல்லாம்
இவ்விதயத்தின் கடைசி வரிகளையும் சேர்த்துப் பாடு

மனித உடைதரித்த உயிர்களே
மன்னித்துவிடுங்கள் ஒரு மனிதனை
இறுதிவரை அவனின் சாதனை
அழகான சாட்டை செய்ய முயன்றதுதான்
அழகான சாட்டை, ஆமாம் அழகான...

பாதசாரி

அதிகம் பாவிக்கப்பட்ட ஒரு பறவை

இது அதிகம் பாவிக்கப்பட்ட ஒரு பறவை
இன்னும் பழுதடைந்துவிடாமல்
நல்ல நிலையில்தான் உள்ளது
பல வருடங்களாக
திரும்பத் திரும்ப வரையப்பட்டபோதிலும்
ஒரு இறகும் தொலைந்துவிடவில்லை

நாம் இமைக்கும் ஒவ்வொரு முறையும்
வர்ணங்களை மாற்றிக் காண்பிக்கும்
இந்தப் பறவை;
தினமும் அதிகாலையில்
சித்திரத்திலிருந்து வெளியில் சென்றுவிடுகிறது
அந்த நேரத்தில்தான்
சித்திரத்தில் திருத்த வேலைகள் செய்யமுடியும்

இரவில், சித்திரத்திலுள்ள
வர்ணங்களையெல்லாம் தின்றுவிடுகிறது
இப்படித்தான் அன்றொரு நாள்
ஒரு அழகிய பாடலை எழுதிவைத்தேன்
கண்முன்னே சொற்களை
கொத்தித் தின்றேவிட்டது

இலக்கியங்களும்
ஓவியங்களும்
மிக அதிகம் பாவித்த இந்தப் பறவை
இன்னும் பழுதடைந்துவிடாமல்
நல்ல நிலையில்தான் உள்ளது

பெரும்பாலும்
அந்தப் பறவை எதுவென்று
இப்போது ஊகித்திருப்பீர்கள்
இல்லையெனில்; இனியும் ஊகிப்பதற்கான
அவகாசம் உங்களுக்கில்லை
வாசிப்பதை நிறுத்திவிட்டு
தயவு செய்து போய்விடுங்கள்

இது, ஓய்வெடுப்பதற்காக அந்தப் பறவை
கவிதைக்குள் வருகின்ற நேரம்.

றியாஸ் குரானா

விலகுதல்

சமீப நாட்களாக
அவளின் அதிகாலைகளை
சிட்டுக் குருவிகள்
திறந்து வைக்கின்றன

தானியங்களைத் தூவி
அவைகளுக்காகக் காத்திருக்கையில்
நினைவிலசைகிறது
விலகிச்சென்ற உறவுகளும்
மீண்டெழுந்த கணங்களும்

பிரசன்னமாகும் முகங்கள்
பிரியங்கள்
அதன் பொருட்டான வாக்குறுதிகள்
அவற்றை பின்பற்ற இயலாத சூழல்கள்
எப்பக்கமும் அலையடித்துக்கொண்டிருக்க
தரையிறங்கியிருக்கும் அச்சிறு பறவைகள்

இரையெடுத்த பின்
எந்த கணத்தில் நிலம் விட்டு
வானம் ஏகும் என்பதை
ஒருபோதும் கணிக்க இயலுவதில்லை

சக்தி ஜோதி

ஞாபகச்சிறகு

சாலையில்
அதே வளைவில் வண்டி திரும்பும் போதெல்லாம்
வந்து அமர்ந்துவிடுகிறது அந்தக் குருவி.
மகள் அணிந்திருந்த அதே ஊதாநிறத்தை தீற்றியபடி
கடைகளில் நின்று டீ குடிக்கையிலும் நகர்வதில்லை அப்பறவை.
மகள் அமர்ந்து பிடித்திருந்த ஹேண்டில்பாரை பலமுறை
எச்சமிட்ட போதும்
அவன் அதை விரட்டியதில்லை
சமயங்களில்
ஞாபகச் சிறகில் ஒன்றைப் பிடுங்கி சட்டைப்பையில் குத்தி
அழகுபார்க்கும் அது
தோளிலேறி விளையாடவும் எத்தனிக்கும்.
ஆயினும் வீட்டுக்கு
சற்று தொலைவு வரும்போது
கனத்த மௌனத்தை கைகளில் தந்துவிட்டு
அவன் குலுங்கியழக் காத்திருந்து சட்டென்று பறந்துவிடும்
தந்தைப்பறவையை
தாய்ப்பறவையாக்கிய திருப்தியோடு.

ந.சிவநேசன்

முறியும் இறகு

புலரி இல் துயின்றெழுந்து
மின்விசிறியின் சுழல் தடுத்த மௌனா
ஸ்லீப்வெல் தலையணைக் கருகில்
இறக்கை யடிபட்டு வீழ்ந்திருக்கும்
சிட்டுக்குருவியைப் பார்த்தாள்

உண்மை இறக்கைகளை
உலோகத்தின் போலி இறக்கைகள்
முறித்துவிட்டனவே என்று
துக்கித்தவளாய் மனங்கசிய
கென்ட் ஆர்ஓ யுவி வடிகட்டியிலிருந்து
சில துளி நீர் கொணர ஓடினாள்

உலோ கத்தாது புதைந் திருந்த
மலைச் சரிவை அடர்கானால் போர்த்திய
குருவிகள் துரத்தியடிக்கப்பட்ட பின்
மரம் கிடைக்காமல்
அறைகளில் குடியேறும் பொருட்டு
ஈங்கு வந்ததொரு சந்ததிக் குருவியதன் தலை
அவள் வரும் முன்னரே சாய்ந்தது

அச்சின்னஞ்சிறு வெதுவெதுப்பை
உள்ளம் கை யுணர்ந்தபடி
கண்ணீரால் வைகறையை

ஈரப்படுத்திக் கொண்டே
கொடியம் வரைகாட்டமெனும்
குரோட்டனின் வேரில் புதைத்து
நிமிர்ந்தவள்
உடல் கிழிபட்டு குருதிச்சகதியில்
கிடக்கும்
அடி வானம் கண்டதிர்ந்தாள்.

அழகிய பெரியவன்

நிலைகொள்ளாது படபடக்கும் பறவையொன்றின்
துடிப்பை
மூடியுள்ள உள்ளங்கையில் உணர்ந்தாலும்
அதனுடலும் சிறகுகளும் பிடிபடவில்லை

உள்ளங்கைகளைத் திறந்தபோதும்
நெடிதோடும் ரேகைகளே காட்சிப்படுகின்றன
இடதுகையில் தடிமனான ரேகையொன்று
பெருங்கிளையாய் அசைந்தபடியே இருக்கிறது

வலதுகையை மேலே பொத்தியும் பயனில்லை
ஒருவேளை அதில் இளைப்பாறியிருக்கலாம்
ஒருநொடிக் கண்ணயர்வில்
காணாமல் போயிருக்கவும் வாய்ப்புண்டு

இப்போது
எந்த விசாரங்களுமின்றி
இருக்கையில் அமர்ந்ததும்
இடது உள்ளங்கை ரேகையில் இறங்கி
உடல்மீது சிறகுகளைக் குவிக்கிறது
என் பறவை.

எஸ்.சண்முகம்

பொல்லாத காகம்

முதல் நாள்
என் இறந்துபோன அப்பாவின்
நெஞ்செலும்பை இழுத்து வந்தது
நெய்ச்சோறு படையலிட்டேன்

அடுத்த நாள்
என் முதல் காதலனின்
பதின்பருவத்துக் கண்களைக் கொத்திவந்தது
பழங்கள் நறுக்கிக் கொடுத்தேன்

மற்றொரு நாள்
என் முன்னாள் கணவனின்
விரைக்காத உறுப்பைப் பொறுக்கி வந்தது
இதமான சூட்டில் பால் அன்னம் வைத்தேன்
கள்ளமாய் நேசித்தவனின் முகம் கிடைக்குமா என்றேன்
அன்று மாலையே உருட்டிக் கொண்டுவந்தது
தானியப் பந்தை பிசைந்து ஊட்டினேன்

ஒரு சாமத்தில் எழுப்பி
குருதி சொட்டும் மூட்டையை எறிந்தது
என் கருவில் தங்கமறுத்த சிசுவின் உடல்
திரும்பிப் பார்ப்பதற்குள் பறந்துவிட்டது

இன்று
முற்றத்தில் நின்று வெகுநேரம் கரைந்தது
வீட்டிற்குள் அழைத்தேன்
தாவி என் தலையில் அமர்ந்தது
தருவதற்கு ஏதுமில்லை
இருவரிடமும்
தன் பெயர் துருக்கி ராஜா என்றது
என்னை திரௌபதி என அழைத்தது

லீனா மணிமேகலை

அந்தரத்தில் பறந்ததொரு பறவை;
ஒரு முறை பார்த்தபின்னர்
இருமுறை கண்டேன்
என்று சொல்வதுமுண்டோ?

நகுலன்

தவழும் கிருஷ்ணன் கோயில்

"எங்கே போறோம்" என்று கேட்ட
நேயா பாப்பாவுக்கு
"தவழும் கிருஷ்ணன் கோயிலுக்கு"
என்று பதில் சொன்னேன்.
அவளுக்கு
மேலும் உற்சாகமூட்ட
அங்கே நிறைய சிட்டுக்குருவிகள்
இருப்பதாகச் சொன்னேன்.
"சிட்டுக்குருவின்னா
அது சாப்பிடறதா
இல்லன்னா
விளையாடறதா" என்று கேட்டாள்.
இரண்டாய்ப்
பிரித்து வைத்திருக்கும்
அவளுடைய உலகத்தின்
விளையாட்டுப் பிரிவில்,
தவழும் கிருஷ்ணன்
பக்கத்தில் சேர்த்தேன்
சிட்டுக்குருவியை.

முகுந்த் நாகராஜன்

கூடுபாய்தல்

இறக்கை முளைக்கவில்லை
என்றாலும் தெரிகிறது புறாக்களுக்குத்
தாம் பறக்கத்தான் பிறந்திருக்கிறோம் என்று.

*

பிடிக்க நீளும் கைகளிடம் இருந்து தப்பிக்க
அவை ஓடுவதில்லை பறக்கவே முயல்கின்றன.

*

எத்தனை நெகிழ்வுடன்
கையில் பிடித்தாலும்
காடுகளைக் கண்டு
கலங்காத இதயம்
கலங்கித் துடிக்கிறது
ஒற்றை வானத்தின் உயிர்
ஒரு கோடி புறாக்களுக்குள்
ஒளிந்துள்ளது புரிகிறது.

*

பழகிய பின் புறாக்கள் உங்களையும்
ஒரு துண்டு வானமாகவே காணக்கூடும்.

*

துரத்தினாலும் மீள வந்து
தோள் அமரப் பழகிய
புறாக்களிடம் கேளுங்கள்
நாம் நினைப்பது போல்
வானம் ஒன்றுதானா

*

புறா வளர்க்கும் உன்னை
நூதனமாய்ப் பார்க்கும்
பெயர் சொல்லாப் பறவை ஒன்று
ஏளனமாய்ப் பார்க்கிறது
வானம் என ஒன்று இருக்கிறதா.

*

பிரம்புகள் பின்னல்கள் கொண்ட
அழகிய கூண்டுதான் ஆனாலும் என்ன
குறுவாசல் திறந்து கிடக்க
காணாமல் போயிருந்தது
அழுகையில் விம்மும் என் மகளிடம்
எப்படிச் சொல்வது உடலை எடுத்துக்கொண்டு
வானத்தைப் பரிசாக வைத்துச் சென்றிருந்த கிளி பற்றி.

*

சன்னலோரம் நின்று தொடுவானைப் பார்த்திருந்த
அந்தப் பொழுதில் தோள் மீது வந்து இருந்து
கழுத்தருகில் அலகுரசி தலைமீது நகம் பதித்து
மறுபக்கம் கீழிறங்கி பின் கழுத்தில் கீறலிட்டு
முடிஇழைகள் சில கோதி காதோரம் முசுமுசுக்கும்
இது என்ன புதுப்பழக்கம்
கண்டுகொள்ளாமல் நிலைக்கிறது என்பார்வை
பார்க்க மட்டும்தான் முடியும் உன்னால்
வெடுக்கென்று சொல்லிவிட்டு
கூண்டுக்குள் அடைகிறது அது.

*

உதிர்ந்த இறகுகள் ஒரு கூடு நிறைய
அடைகாக்க அதில் அமர்ந்த பறவை
வானம் விண்டு அவிழக் காத்திருக்கிறது.

*

புறாவை விட குறுஉடல் கொண்ட வல்லூறு
புறாவின் கண்ணில் அச்சம்
வல்லூறோ அதன் கண்களை
ஒரு முறைகூடப் பார்க்கவில்லை.

*

கூடிருந்த மரமும் இல்லை
மரமிருந்த காடும் இல்லை
காடிருந்த நிலமும் இல்லை
நிலமிருந்த திசையும் இல்லை
திசை கலங்கும் பறவைக் கூட்டம்
திரும்புகிற பருவம் இல்லை
வழியறிந்து வந்து சேர்ந்தால்
வழிமறித்து நிற்கவேண்டாம்
வருந்தியழும் ஓலமிட்டு அதன்
வரவைத் துயர் ஆக்க வேண்டாம்
புதிய வகை மரத்தின் வித்து
பொதித்து வைத்த உதரம் உண்டு
நெடிய குளிர் காற்று தீண்ட
நீரவிழும் முகில்கள் உண்டு
முகில்களுக்கு மேல் பறக்கும்
மூத்த தாய்ப் பறவைக் கூட்டம்
முழுதாக மிஞ்சுகின்ற ஒன்றெனினும் காடு ஈனும்.

*

குறுமேகம் தாழ்வதென இறங்கி
நெடும்புகையின் கோடு எனக் கலைந்து
மீண்டும் மீண்டும் எழும்பிச் சிலும்பும்
பெருங்கூட்டத்தில் எத்தனைப் புறாக்கள் என்றாலும்
இறக்கைகள் இரண்டுதானோ ததாகததனே.

*

இறக்கை கத்தரிக்கப்பட்ட கிளிகள் பேசுகின்றன
பறந்து திரியும் கிளிகள் ஒலியெழுப்புகின்றன

பறத்தலை இழந்து பேச்சைக் கற்கும் கிளிகள்
பேச்சை இழந்து பறத்தலைக் கற்க
நமக்குக் கூடுமோ ஆனந்தா.

*

மூங்கில் காடுகளை அழித்து
பெருங்கூண்டுகள் முடைந்து வைத்தேன்
ஒற்றைப் பறவையும் வந்திருக்க
வாய்த்ததில்லை ததாகதனே
உச்சிக் கொம்பிலோ ஒரு குருவிக்கூடு
அதற்குள் ஓயாத கெச்சட்டம்.

*

வெற்றுக் கூண்டுகள் என்றாலும்
யார்தான் சொல்லக்கூடும் ஆனந்தா
நீயறியா பொழுதுகளில்
ஏதோ சில குருவிகள் வந்திருந்து
ஓய்வெடுத்துச் செல்லாது என்று.

*

காயம் பட்டுக் கை சேர்ந்த பறவை அது
அதுவாகவே கூண்டிலும் இருந்தது
திறந்து மூட ஒரு பொழுதும்
யாரும் மறுத்ததில்லை
கண் காணாப் பொழுதொன்றில்
அது பறந்துவிடத் தேவையென்ன ததாகதனே!
பறவைகள் கூண்டுகளில் இல்லை ஆனந்தா
பழகிவிட்ட கண்களில்தான் அடைபடுகின்றன.

*

திறந்து வைத்துக் காத்திருந்தால்
திரும்பலாம் எந்தப் பறவையும்
காணத் தவித்த வனங்களையும்
கனவு கண்டவெளிகளையும்
கடந்து முடித்த ஒரு நாள்.

*

ஆனந்தன் வளர்க்கும் புறாக்களும்
அமரபாலி வளர்க்கும் கழுகுகளும்
ஓரிடத்தில் சந்தித்துக் கொண்டபோது
அருகில் ததாகதர் இருக்கிறார்
புறாக்களைக் கண்டுகொள்ளாதவர்
கழுகுகளைத் தடவிக் கொடுக்கிறார்
ஆனந்தனுக்கு மனவருத்தம்
ஆனால் புறாக்களுக்கு இல்லை.

*

புறாக்களைப் பிடித்து
குடில்களில் வளர்க்கிறாய்
கிளிகளைப் பிடித்துக் கூண்டுகளில்
அடைக்கிறாய்
குருவிகளைப் பிடித்துக்
கூடைகளில் பொத்தி வைக்கிறாய்
கொஞ்சி மாளவில்லை
இந்தப் பறவைகளை
கொஞ்சமா என் நேசம் என்கிறாய்
பட்சிகளை உண்மையாய்க் காதலித்தால்
பிடித்து வைத்தா கொஞ்சுவாய் போடி போ
பறக்கத்தான் கற்றுக் கொள்வாய்.

*

வா என்னருகில்
வந்து என் வயிற்றின் மீது நட
என்றாள் அவள்
தா உன் இறக்கையைக் கொஞ்சம்
தாழ்ந்து வருகிறேன்
எனக்கெங்கே இறக்கை சொல்
உனக்குத்தான் சிறு கிளியே
பறந்தே பார்க்காமல்

எப்படித் தெரியுமாம்
இறக்கை இருப்பதும் இல்லை என்பதும்
சும்மா சொல்லாதே
பார்த்துப் பார்த்து மெல்ல
இப்படிப் படபடவென
இறக்கையை அடிக்காதே
இறக்கை என்பது பறக்கிற இச்சை.

*

திறந்து பிளந்த சிறு வாய்களில் திணிக்கிறது ஒரு பறவை
திறந்து வைத்து கவ்விக்கொள்ளச் செய்கிறது வேறொரு பறவை
இரையூட்டுவதில் இரண்டு வகை உண்டு
இரைதேடிப் பறக்கும் வரை.
இரையாக மாறும் எல்லா உயிர்களும்.
இரைதேடித் தவிக்கும் எல்லா உடல்களும்.
இரை உண்டு பசிதீர்ந்த சீவன்கள் எல்லாம்
இரைக்காக இரங்குமோ மந்திரப் பெண்ணே!

பிரேம்

மேலே சில பறவைகள்

சூரியன் கூட
மேற்கில் மறைந்தான்

நேரத்தோடு
கூடு நோக்கிப்
பறந்து சென்றன நாரைகள்

கீழே
இன்னும் வேலை முடியாத மனிதர்கள்
அக்கம் பக்கம் பார்த்து
(மேலே பார்க்க அவகாசமற்று)
      ஆட்கள்
      மிருகங்கள்
      வாகனங்கள்
இல்லையென்று நிச்சயித்துக்கொண்டு
பாறையைப் பிளக்க வெடியை வைத்தனர்

சப்த அதிர்ச்சியில்
ஒரு கணம்
      அரண்டு
      தயங்கி
      குழம்பி
      சிதறி
மீண்டும் தன் வழியே வரிசை கொண்டு
சாவகாசமாய்
மிதந்து சென்றன பறவைகள்

கால சுப்ரமணியம்

சிறு வயிற்றில் கல்லெறிதல்

சோளக்காட்டில் காக்கையொன்றைக் கொன்று
தொங்கவிட்டிருக்கிறார்கள்
எத்தனை மூட்டை தானியத்தை
காக்கைகள் களவாடியிருக்கும்

செத்துத் தொங்கும் காகத்தின் குஞ்சுகள்
தாயின் வரவை எதிர்பார்த்து
இப்போதும் காத்திருக்கின்றன

கத்திக் கத்திப் பறந்து திரிந்த காகங்கள்
பொழுது சாயவும் தத்தம் கூடு திரும்பின

தானியங்களை அறுவடை செய்து
தராசில் நிறுத்தி விற்கையில்
வயிற்றில் அடிக்கும் முதலாளியை விட்டுவிடுகிறார்கள்
பறவையின் சிறு வயிற்றில்தான் கல்லெறிகிறார்கள்

தரையில் கிடந்ததைக் கொத்தி விழுங்கி
சுற்றும் பூமியில் இடது புறம் தலை சாய்த்து
அலகைத் தேய்த்து இன்னும் கூர்மையாக்கியது காக்கை

பூர்ணா

இளிப்பு

தூங்கும் என் செவிப்பறை அதிர
அதிகாலை கத்தும் அந்தப் பறவை,
உண்மையில் கத்தல் அல்ல; இளிப்பு
என்னை நினைத்து
என் அல்லல்களைக் கண்டு
என்னை ஆட்டிக்குலைக்கும் புதைப்பயங்கள் மணந்தறிந்து
என் பிழைப்பின் பஞ்சாங்கம்
வரிவரியாய்ப் படித்தது போல்
அதிகாலை இளிக்கத் தொடங்குகிறது அது.
இருப்பினும் ஒன்று அதற்கு தெரியாது
நான் ஆயுள் காப்பில்
பணம் கட்டி வருகிறேன்.
இறப்பின் மூலம் இருப்பவர் பெறும்
மனிதத் திட்டங்கள் பற்றி எதுவும் தெரியாது
அந்த இளிக்கும் பறவைக்கு.

சுந்தர ராமசாமி

கிங் பிஷர்

அந்த மீன்கொத்திப் பறவைக்கு
தன் இன்னொரு பெயர்
கிங்பிஷர் என்று தெரியாது
தன் பெயரில் விமானங்கள் பறப்பதை
அது அறியாது

பேரழகிகளின் கவர்ச்சிப்படங்கள்
கொண்ட காலண்டர் ஆண்டுதோறும்
அதன் முத்திரையுடன்
வெளிவரும் செய்தியை
அதற்கு யாரும் சொல்லவேயில்லை

கிங்பிஷர் நிறுவனத்தின்
முதலாளி பூலோகத்தில்
சொர்க்கத்தின் உல்லாசங்களையெல்லாம்
அனுபவிப்பதையும்
தன் இலச்சினை பொறித்த
சீருடைகளில் ஊழியர்கள்
மாதச் சம்பளமின்றி
போராடும் செய்திகளையும்
கிங்பிஷர் வாசித்ததே இல்லை

தன்னைப் பற்றி
உலகில் மிதக்கும் இத்தனை தகவல்களின்
கனமேதுமின்றி
அந்த நீலநிற குட்டிப்பறவை

இறகிசை

ஏப்ரல் வெயிலில்
நான் பயணிக்கும் பறக்கும் ரயில்தடத்திற்கும்
நகர்ப்புறச் சேரிக்கும் இடையில்
மீன்கள் அற்று
சாக்கடையாய் நிற்கும்
கூவ நதியின்
மரக்கிளையில்
இறங்கி அமர்கிறது

அதன் பெயர்
கிங்பிஷர்.

ஷங்கர்ராமசுப்ரமணியன்

ஒலி மீட்புப் பறவை

கோடை வாழிடம்
ஒன்றிலிருந்து
கீழிறங்கும் வாகனம்
அதிலிருக்கும் உங்களின்
மல/மூத்திர அவசரத்திற்காக
ஒரு வளைவில்
நிறுத்தப்படுகிறது
காடாயிருக்கும்
அப்பகுதியின்
செடி, கொடிகளினூடே
மறைவிடம் தேடி விரைகிறீர்கள்

இப்போது உங்கள் அருகாமையில்
பெயர் அறியப்படாத
பறவையொன்று
தாவர வகைப்பாட்டியலில்
இல்லாத மரத்திலிருந்து
குரலெழுப்புகிறது
அந்த ஓசையினிமை
காட்டுத் தாவரங்களை
ஒலி மாசுக்களிலிருந்து
விடுவிக்கிறது

மனிதக்கழிவு
ப்ளாஸ்டிக் நச்சு

காலி மதுப்புட்டி
சிரின்ஞ்
ஆகியவைகளிலிருந்து
கானகத்தை சொஸ்தமாக்கி
மீண்டும்
கானகத்திடமே வழங்கும்
அதன் ஒலியை மீண்டும்
தன் வசம் மீட்டுக்கொண்டு

பிறிதொரு
காட்டைத் தேடிப் பறக்கிறது
உயிர்க்கோளத்தை
இழக்கத் தயாரற்ற அப்பறவை

இன்னமும் நீங்கள்
நிகழ்ந்தது எதையும் பார்க்காத
ஒரு பார்வையாளர்.

பாம்பாட்டி சித்தன்

எனக்குள் ஒரு கிளி

முடிந்த மாலையில்
பஸ்ஸுக்குள்
ஒரு கூண்டுக்கிளி,

கைகளில் தொங்கும் என் முகத்தை
கவலையுடன் பார்க்கிறது

தரை ஒட்டும் எண்ணையென
உணர்வு செத்த பகல் நிழலில்
ஒரு மணி அரிசிக்கு
ஓயாமல் ஏமாந்து
ஊருக்கு சீட்டெடுக்கும் ஒரு கிளி,
பஸ்ஸுக்குள் தொங்கும் என்னைத்
தெரிந்தவன் போல் குதிக்கிறது

வீதிப் பள்ளங்களில்
விழுந்து வெகுண்டு

பக்கக் கம்பிகளில் தலைமோதி
தோள்பிடித்துத் தொங்கும்

நானும் கிளியும்
பொதுவான துயரத்தால்
கொஞ்சம் மகிழ்ந்து போகிறோம்

ஒருவரை யொருவர்
சிலசமயம் பழித்து
சில சமயம் பழகுகிறோம்

இறகொடிந்த கிளிக்குள்
இரவெல்லாம் பறக்கும் கனவுகள்
தினம் தினம் பிறக்கும்

போர்வைக்குள்
என் மனம்
தொலைந்துவிட்ட கனவுகளை

அலுப்பின்றித் தேடிக் கொண்டிருக்கும்
விடியும் வரை

வைத்தீஸ்வரன்

உள்முகத் தித்திப்பு

பறவைகளைத் தழுவக் காத்திருந்த
கரங்களைக் கொண்டிருந்தது
அந்த மரம்

நிழல்
நமக்காகக் குழைந்திருந்தது

மலர்கள் கனிகளாகும்
உள்முகத் தித்திப்பில்
நாம் உரையாடிக் கொண்டிருந்தோம்

பறவைகள் இல்லாத உலகில்
மனிதர்களால் வாழ முடியாது
என்கிறார் சலீம் அலி

நீ மரத்தை அண்ணாந்து நோக்கினாய்

கிளையிலிருந்த
ஒரு பறவையின் நிழல்
உன் முகத்தில் சிறகசைத்தது

பழநிபாரதி

தட்டுங்கள் திறக்கப்படும்

திறக்காத சன்னலை
தட்டிக்கொண்டேயிருக்கிறது
மஞ்சள் மூக்குகொண்ட குருவி

தினந்தோறும் வந்து
சன்னல் திறக்காதபோதும்
உள்ளே வந்துவிடும்
இரவு நட்சத்திரத்தின் சாமர்த்தியம்
பகலில் வரும் பறவைக்கு இருப்பதில்லை
தட்டித் தட்டி ஓய்ந்துவிட்டுப்
பறந்து போய்விடுகிறது

சில சமயங்களில்
துணைக்கொரு பறவையும் வரும்
தட்டிப்பார்த்துச் சலித்துப்போய்
தங்களுக்குள்
சண்டையிட்டுக்கொள்ளும் பறவைகள்
சண்டை அதிகமாகிப்
பறந்துபோய்விடும்

நட்சத்திரங்கள் வரும்போது
பறவைகளிருப்பதில்லை
அதனால் நட்சத்திரங்கள்
எப்படி நுழைகின்றன என்பது
பறவைகளுக்குத் தெரியாது

சமயங்களில் ஒரு கூட்டத்தையே
அழைத்து வந்தும்
சன்னல் கதவைத் தட்டித்தட்டிப்
பார்த்துவிட்டு
திறக்கவில்லையென்ற சங்கடத்தில்
திரும்பிப்போனது

எத்தனை அவமானங்கள்
எத்தனை முயற்சிகள்
சோர்வுறாத பறவை
தினமும் தவறாமல் வந்து
தன் மஞ்சள் மூக்கால்
திறக்காத சன்னல் கதவைத்
தட்டிக்கொண்டேயிருக்கிறது
திறக்குமென்று

சில சன்னல்கள் அப்படித்தான்
திறக்காமல் மூடப்பட்டேயிருக்கும்
அத்தனை அழைப்புகளுக்குப் பின்னரும்.

செளவி

முள் சிக்கிய நாகணவாய் புள்ளின்
சிறகுகள் விடுவித்து
இரட்சகனானதாய் முத்தமிடுகிறான்..
முத்தச்சூட்டின் கதகதப்பில்
மெய்மறந்து
மீட்பரென அடைக்கலமாகிறதக்குரீஇ
அவன் அனுமதிக்கும் போது மட்டும்
பறந்து காட்டி-மடியமரும் ஒவ்வொரு முறையும்..
மஞ்சள் திட்டுகளை
வருடிக்கொண்டே...
இறகிறகாய்
பிய்த்து ஊதி விளையாடுகிறான்...
சிறகிழந்து தத்தித்தத்தி பறப்பதாய்
பாவனை செய்யுமொரு நாளில்...
'பூஞ்சிறகசைய எத்தனையழகாய் பறக்கிறாய்' எனும் தன்
இரட்சகனின் பொய்யழகு மொழிக்காய்..
இறகிழக்கும் வலிக்கு
அவன் உள்ளங்கை சூட்டையே
ஒத்தடமாக்கி காத்திருக்கிறது
கடலோடிகளுக்குக் கரைகாட்டி நம்பிக்கையளித்த
நாகணவாய்ப் பறவை.

சுசித்ரா மாரன்

(நாகணவாய்ப் பறவை-மைனா, குரீஇ-குருவி)

கடைசிக் கொக்கு

தப்பிய வயலின் தானியமோ
மக்காத குப்பைகளின் புழுக்களோ
அலகுகளில் ஞாபகங்களாய் நெளிய
கொக்குகள் மேலே பறக்கின்றன.

விரல்களுக்கு வெண்பூக்கள் வேண்டி
சிறுவர்கள் யாசிக்கையில்
அவைகள் தரையிறங்குகின்றன.

நீளமான கால்களின் அதிசயங்களை
கரைகளில் விட்டுவிட்டு
சிறுவர்கள் மறைந்து விடுகிறார்கள்.

கருவேலங் குத்தாரிகளிலும்
மீன்கள் கருத்தரிக்கும் ஆதாளை செடி மருங்கிலும்
கால்களை வீடாக்கி வசிக்கின்றன.

ஊரின் நிர்வாணங்கள் வற்றும் அவற்றின் கண்களில்
துள்ளும் மீன்களை
சிலர் தூண்டிலிட்டு கொண்டு போகிறார்கள்.

சாம்பல் தோய்ந்த பூசணி விதைகளை
உலர்த்தும் வெயில்
மாந்தளிர்களை பச்சையாக்குகிறது.

பின்பனிக்காலத்தோடு புலம்பெயரும் சிறுமிகளுக்கு
பள்ளித் தோழிகள் கையசைக்கையில்
வறண்டுவரும் குளத்தினைக் கொத்திக்கொண்டு
பறந்து செல்கிறது கடைசிக் கொக்கு.

செல்மா பிரியதர்ஷன்

தானியங்களுக்கு காவலிருக்கும் பட்சிகள்

இரைச்சலற்ற நகரத்தின் சாலைகளில்
கிளிகள் பறந்து வருகின்றன
திடீரென பால்யம் கைநீட்டி அழைக்க
எல்லோரும் வீதியை எட்டிப் பார்க்கிறார்கள்
கடலிலிருந்து பிரிந்த நதி
நகரவீதிக்குள் பாய்கிறது
உள்ளே மூழ்கி மேலேறிப் பார்த்தால்
கணநேரத்தில் எல்லோருக்கும்
விலாக்களிலிருந்து சிறகு முளைக்கிறது
கிளிகள் சாவகாசமாக தரையிறங்க
எல்லோரும் பஞ்சாய் மேலெழுந்து பறக்கிறார்கள்
எங்கிருந்தோ பறந்துவந்த மலைக்குன்றுகள்
தோதான இடங்களில் அமர்ந்து கொள்கின்றன

கட்டிடங்களுக்கிடையே நெல்மணிகள் செழித்து நிற்க
கண்ணாடி அறை பொம்மைகள்
உடலில் வைக்கோலைச் சுற்றிக் கொண்டு
காவலுக்கு நிற்கின்றன
ஆற்றின் கரையோரம் பூக்களை நுகர்ந்துவிட்டு
கட்டிடங்களுக்குள் நுழைகின்றன ஆடுகள்
சமையலறைகள் கிடைகளாயின
இட்லியைத் தின்றுவிட்ட ஆட்டுக்கு விக்கலெடுக்கிறது
சோஃபாவில் அமர்ந்திருந்த ஆடு
டீவி சேனலை மாற்றிவிட்டு
திரைக்குள் அலுப்பான நகைச்சுவையாளனை முட்டித் தள்ளுகிறது

புறாக்களும்
குருவிகளும்
கிளிகளும்
பரிந்த சோளத்தைக் கொத்தி தின்கின்றன
மனிதர்கள் யாரும் பயிர்களைத் திருடவரவில்லையென்றதும்
வெண்கொக்குகளின் கைகளில் துப்பாக்கிகளை கொடுத்து
காவலிருத்தி பொம்மைகள் சாப்பிடச் செல்கின்றன
வானத்தில் மேல்பறந்து கொண்டிருந்த மனிதர்கள்
பயிர்களைக் கொத்தித் தின்ன சமயம் பார்த்துக் கொண்டிருக்கிறார்கள்.

சந்திரா தங்கராஜ்

அப்படியொன்றும் இந்தப் பறவைகளின் மீது
எனக்கு இரக்கமில்லை
இரை தேடச்சென்ற நேரம் பார்த்து முட்டைகள் உடைத்தே
வாசற்தூணுக்கான மரத்தை வெட்டி வந்தோம்.
என் மகள் குதூகலித்து ஓட்டும் நடைவண்டி கூட
காக்கை கூட்டை கலைத்து வெட்டிய மரம்தான்.
இலவம்பஞ்சு மெத்தையில்தான் இரவு உறக்கம்
மைனாக்களும் தவிட்டுக் குருவிகளும் விரட்டியடிக்கப்பட்டன
இரண்டு நாள் ஆனது வெட்டி முடிக்க
முதுகு வளைந்த தாத்தா சாய்வு நாற்காலிக்கு ஆசைப்பட்ட போது
எச்சங்கள் நிரம்பிய தோட்டத்து வேப்பங் கிளைகள்தான் உதவின
மூங்கிலால் ஆன உஞ்சலில்
சம்மணமிட்டபடி புறாக்களுக்கு குருணை தூவுகிறேனே
இது போதாதா - நான் வாழ்ந்து மறைய
அப்படியொன்றும் இந்தப் பறவைகளின் மீது
எனக்கு இரக்கமில்லைதான்.

வினையன்

‘குட்டை’ சொன்ன கிளி

பேசுங் கிளிமேல் எனக்கு ஆசை பிறந்தது.

நானொரு பேசுங்கிளியை வாங்கி வந்தேன்

பேசுங்கிளியை என்னிடம் விற்றவன்
கிளியை எப்படி வளர்க்கணும் என்பதை
என்னிடம் விரிவாகச் சொன்னான்

கூண்டில் கிளியை வளர்ப்பது
பாவமென்று கூறினார்கள்
பக்கத்துப் போர்ஷன் பெரியவர்கள்.
நானதைப் பொருட்படுத்தாமல்
நல்ல இடமாகப் பார்த்து
பேசுங் கிளியின் கூண்டை அமர்த்தினேன்.

கூண்டில் இருந்த கிளி
பழங்களை விதைகளை நன்றாகத் தின்றது
ஆனால் ஒருநாள் கூடப் பேசவே இல்லை.

என்ன குறையோ என்ன கோபமோ
பேசப் பிடிக்காமல் போயிற்றென்று
சும்மா இருந்தேன் சிலநாட்கள்
என்னிடம் இல்லை என்றாலும்
வேறு யாரிடமாவது
பேச வேண்டும் அல்லவா அந்தக் கிளி

'குட் மார்னிங்' சொன்னேன்.
சுவையாய் இருந்தனவா பழங்கள் என்றேன்
எதற்கும் பேசவில்லை அந்தக் கிளி
வீட்டுக்கு வந்தவர்கள் கிளியிடம்
பேச்சுக் கொடுத்தார்கள். பதிலுக்குப்
பேசவே இல்லை அந்தக் கிளி
பேசாத கிளியை வளர்ப்பானேன்
என்றார்கள் வீட்டில். நானும்
கிளியை விற்கலாம் என்று தீர்மானித்தேன்.

விலைக்கு வாங்க வந்தவர் கேட்டார்
'பேசுமா?' என்று. 'பேசுமே' என்றேன்.
வீட்டுக்குக் கொண்டுபோய்ப்
பழங்கள் தந்து பழக்குங்கள். இரண்டே நாளில்
நன்றாய்ப் பேசும் என்றேன்.
பொய் சொன்ன நெஞ்சில்
பூதங்கள் ஐந்தும் புன்னகை செய்தன.
விலைக்குப் பெற்றவர் கிளியுடன்
கூண்டைப் பெற்றுக்கொண்டு
புறப்படும் போது திடுக்கிட்டுப் போனேன்
'குட்பை' என்றது அந்தக் கிளி.

ஞானக்கூத்தன்

பழம் விழுங்கியப் பறவை
பறக்கிறது
ஒரு மரத்தைச் சுமந்து கொண்டு.

குகை மா.புகழேந்தி

அறம்

நீங்கள்
புகைத்துவிட்டுப் போட்ட சிகரெட்டின்
திமிர்பிடித்த நெருப்பு
இவ்வனத்தை எரித்துக் கொண்டிருக்கையில்
தன்னுடன் பறக்கப்பழகாக் குஞ்சுகளை
மரங்களின் உச்சாணிக்கொம்புகளில் இருத்திவிட்டுத்
தப்பிச் செல்லும்
தாய்ப்பறவை
உலக அறங்களின் மீது
எச்சங்களை உமிழ்ந்து
செல்கிறது.

வெ.மாதவன் அதிகன்

வரவேற்பு

பார்க்கிறேன்
இலைகளால் கம்பளம் விரித்து
காத்திருக்கின்றன எல்லா மரங்களும்
பறவைகளுக்காக எப்போதும்.

பறவைகள் வந்தமர
எல்லாக் கிளைகளும் நெகிழ்ந்து கொடுக்கும்
காதலும் நட்பும் அன்பும் கருணையும் பெருக
மலர்களும் கனிகளும் கூட
பறவைகளுக்காகவே.

நிலத்துக்கும் ஆகாயத்துக்குமிடையில்
அந்தர வெளியில் நீந்தி வரும்
பறவைகளை வரவேற்றுக் கொண்டிருக்கும்
மரங்களுக்குத் தெரியுமா
எந்தப் பறவை
எப்போது வந்து அங்கு அமருமென்று.

ஆனாலுமவை
காத்திருக்கின்றன பறவைகளுக்காக

பறவைகளும் அறியுமா
எந்த மரத்தில்
எங்கே எப்போது அமருவதென்று

ஆனாலுமொன்று
மூப்பென்றும் இளமையென்றும்
பார்த்து அமர்வதில்லை
எந்த மரத்திலும் எந்தப் பறவையும்.
எந்தப் பறவை வந்தாலென்ன
விலகிச் சென்றாலென்ன
பறவைகளுக்காகவே காத்திருக்கின்றன
இலைக்கம்பளம் விரித்து ஒவ்வொரு மரமும்
இரவும் பகலுமாய்.

கருணாகரன்

அன்பின் உச்சி

பறத்தலின் பொழுதொன்றில்
உன் சிறகினைக் குறித்த பிரக்ஞையை நானும்
என் சிறகினைக் குறித்த பிரக்ஞையை நீயும்
சுமக்கத் துவங்கினோம்.
நம் முதுகெலும்பில் ஏறி
அமர்ந்துகொண்டது அந்த முதற்கல்.
பாரம் தாங்காது
திசைதடுமாறிய பறவைகளின் கீச்சல்கள்
ஆங்காரத்துடன் காற்றில் மோதிச் சிதறி
தன் உதிர்ந்த சிறகுகளின் கனத்தால்
வளர்த்தெடுத்தன ஊடலின் மலையை.
மீண்டும் மீண்டும்
நம்புவதற்கே கடினமான உச்சிக்கும்
கிடுகிடுவெனச் சரியும் பள்ளத்திற்குமாய்
நெடுந்து நின்றது அம்மலை.
பின்னர் கனமேறிய அடிவாரத்தில்
ஆளுக்கோர் திசையில் வந்தமர்ந்து
மலைக்கொத்திகளாய்
நம்மைப் பிரித்தெடுக்கத் துவங்கினோம்.
மையப்புள்ளியில் கனன்று கொண்டிருக்கும்
நேசத்தின் குழைவினை
பீறிட்டு வெளியேற்றின
நமது முகங்கள் தரித்த கனசதுரங்கள்
பிளக்கப் பிளக்க மலைகள்.
பிளக்கப் பிளக்க கனசதுரங்கள்.
அலகுகளின் கூர் தீர்ந்துபோனதொரு நன்நாளில்
தொண்டைக்குழி தெரிய வாய்பிளந்து

யாதொரு நினைவுமற்ற குஞ்சுகள் ஆனோம்.
இறகுகளின் பெருஞ்சுமையை சிறு புழுக்களாக்கி
நம் இரைப்பையில் கவிழ்த்துவிட்டு
விருட்டென தன் சிறகுகளை அடித்துக்கொண்டு
விடைபெற்றுக் கொண்டது மலை.

சுபா செந்தில்குமார்

கிளி

இன்று கிளிகளின் நாள்
இந்த ஊருக்கு கிளிவனம் என்று பெயர்

கிளிகள் பறந்து போனதால்
வனம் தன்னந்தனியாக
தேம்பியழுகிறது

இன்று கிளிகளின் நாள்
கொஞ்சம் பழங்களையும்
கொஞ்சம் கொட்டைகளையும்
கொஞ்சம் தானியக்கதிர்களையும்
ஒரு மண்பானையில் நீரையும் வைத்து
காத்திருக்கிறது
கிளிகளின் நாள்

கிளிகள் வெகுதொலைவில்
பறந்து போயிருக்கின்றன
திரும்பிவர வெகுகாலம் ஆகும்என
பறவையியலாளன் சொல்லிக் கொண்டிருக்கிறான்.

கிளிகளற்ற ஊரில்
கிளிகளற்ற வனத்தில்
இன்று
கிளிகள் நாளைக்
கொண்டாடிக் கொண்டிருக்கிறோம்.

கொஞ்சம் தானியங்களோடும்
கொஞ்சம் பழங்களோடும்
காத்திருக்கிறோம்
கூண்டுகளை மறைத்து வைத்துக் கொண்டு

கிளிகளின் நாள் கொண்டாடக்
காத்திருக்கிறோம்.

சிபிச்செல்வன்

கடைசித் தீர்ப்பு நாள்

நீ என் இரண்டாவது தூக்கணாங்குருவி
தானியங்களின் கதிரறுக்கும் குளிர்மிகுந்த காலத்தில்
பறந்துபோன அக்குருவி திரும்பவேயில்லை
ரத்தம் கருத்த வலிகளை
சேமித்துச் சேமித்துக் காவலிருக்கையில்
ஓர் இறகு என் மீது உதிர்ந்தது.
அதன் நீட்டித்த நிழலின் இறுதியில் நீயிருந்தாய்
உப்புச்சுவை நதிகள் வறண்டிருந்தன
மலைகளின்மேல் பசும்புற்கள் எவையும் இல்லை
ஆயினும்
மண்ணுக்குள் புதைக்கப்பட்ட திராட்சையின்
மெல்லிய கசப்புநீரைப்போல
எனக்குப் பருகக் கொடுக்கின்றாய்
கீறும் போது பால் வடியும் செடியின்
பூவாசம் மிகுந்த காற்றினை
என் பக்கம் ஊதிவிடுகிறாய்
என்னுடலின் ஏடுகள் அதில்தான் படபடக்கின்றன
உன் வாயிலிருந்து உதிரும் சொற்களை
ஒவ்வொன்றாய்ச் சேகரிக்கின்றேன்
நான் அலைவுறும் வனாந்தரத்தில்
அவை திசை காட்டும் ஒளிக்கற்கள்
உன் இதயத்தின் ஈர்க்குச்சிகளாலான கூட்டினுள்
என்னைக் கதகதப்பாக்கி அணைத்துக் கொள்கிறாய்
மூன்றாம் குருவியின் இரண்டாவது கவிதையை
ஒருவேளை நான் எழுத நேர்ந்தால்
என் விரல்களை முறித்துப் போடு
நம் உயிரின் கடைசித் தீர்ப்பு நாளில்

சுகிர்தராணி

மௌனம்

ஏனோ சிலருக்கு சில நேரம்
பறவைகளிடம்
பேசத் தோன்றுகிறது

கணவனைப் பிரிந்த பெண்
சிட்டுக்குருவியோடு பேசுகிறாள்
மனைவியைப் பிரிந்தவன்
செங்கால் நாரையோடு உரையாடுகிறான்
காதலியைப் பிரிந்தவன் கிளியோடு
ஏன், அவர்கள் சொல்லவிரும்புவதைக் கேட்க
பக்கத்தில் யாருமில்லையா

உறவினர்கள், நண்பர்கள், அதிகாரிகள்,
வக்கீல்கள், மந்திரிகள், கோயில்குருக்கள்,
உளவியல் நிபுணர்கள், சாமியார்கள்
யாருமில்லையா
யாரும் இல்லை போலும்
இருந்தும் இல்லாத முடிவு எடுத்தார்களா

அன்னங்கள், புறாக்கள், குயில்கள்
ஏதாவது ம் கொட்டியிருக்கிறதா
இல்லை வெறுமனே தலையைத்
திருப்பிக்கொண்டு
அங்கும் இங்கும் பராக்கு பார்க்கச்
சொல்லுகிறதா
இறைஞ்சுகிறார்கள்
தாஜா பண்ணுகிறார்கள்

இல்லாவிட்டாலும் இருக்கிற முடிவை
கொண்டுள்ளனவா அவற்றின் கூர் அலகுகள்
பளபளக்கும் தோல்கள்
நேர்த்தியான இறக்கைகள்
மற்றும் மலங்கமலங்க விழிக்கும் கண்கள்

பறவைக்கும் அவர்களுக்கும் நடுவே
உயிர்த்தெழும்
கயிற்றுப் பாலத்தில்,
தாறுமாறாய் ஓடுகிறார்கள்.
போய்க்கொண்டும்
திரும்பிக் கொண்டும் இருக்கிறார்கள்

காற்றில் உதிரும் சிறகாய்
பறவையே! நீ எங்கே போகிறாய்
என்று கேட்கிறார்கள்
பிறகு மௌனமாகிறார்கள்

தேவதச்சன்

துயரத்தைப் போல அலையும் உணவு

உலகின் அத்தனை தாவரங்களும்
உரமூட்டாது சோர்ந்த ஒருவனை
உயரமான கட்டிட உச்சியின்
தொங்குபலகையில் பார்த்தேன்
விளிம்பில் எச்சமிட வந்த ஒரு பறவையுடன்
அவன் பேசிக் கொண்டிருந்தான்
அங்கிருக்கும் தொட்டிச் செடிகளை
வனமென்று நம்பி வந்ததாக
அந்தப் பேதை மொழிந்தது கேட்டு
அவன் மெல்ல நகைத்தபடி வர்ணக் குழம்பை
பஞ்சுருளையில் தோய்த்து
சுவற்றில் உருட்டத் தொடங்கினான்
தான் ஆரம்பத்தில்
வானத்திற்கு நிறம்பூச வந்தவன் என்றும்
தூரத்து மேகத்தின் ஆரஞ்சுத் தீற்றல்
தனது பணிநீக்கத்தின்போது
முடிவுறாமல் நின்றுபோனதெனவும்
பெருமூச்சுவிட்டான்
அந்தப் பறவை வாஞ்சையுடன்
தனது இறகுகளால் அவனுக்கு ஒரு கிரீடமும்
கால் மகரந்தங்களால் முகத்தில் சில மஞ்சள் கோடுகளையும்
வரைந்து தந்தது
தனது உணவு ஒரு துயரத்தைப்போல
தரையில் அலைந்து கொண்டிருப்பதாகச் சொன்னவன்
உடைந்த பற்குழிகளில் தேங்கிய துணுக்குகளும்
சில புழுக்களையும் தவிர
தருவதற்கு தன்னிடம் ஒன்றுமில்லை என வாயைத் திறந்தான்
மூக்கில் அமர்ந்த பறவை அவன் பற்களைச் சுத்தம் செய்தபடி
தனக்கு வானத்தின் நீலநிறம் அலுத்துவிட்டதாகவும்

யாருமற்று ஒரு விதையும் முளைக்காத ஆயாசம் அல்லது
அங்கு உனக்கொரு செய்தியும் இல்லை என்றது
அப்படியெனில் கயிற்றைக் கொத்தி அறுத்துவிடு என்றான்
அந்த வெயிலில் வெம்பியவன்
இறகுகளைச் சிலிர்த்தபடி பறவை
எழும்பிய கணத்திற்கு முன்பாகப் பறக்க
அவன் ஆதிவாசி போல என்முன்
ஒரு சன்னலில் தோன்றினான்.

யவனிகா ஸ்ரீராம்

மீறலின் துயரம்

உயரம் வேண்டிச் சீறும் பறவை
நெகிழ்ந்து கொடாத மேகத்தின்
கூர்விளிம்பில் சிக்கிக் கிழிபட
வானவில்லின்
எட்டாவது வண்ணமாய்ச் சொட்டும்
குருதி

சல்மா

உடலை வருடிச் செல்லும் காற்று

பறவையின் பால் தன்னை
இணைத்துக் கொண்டவன்
ஒரு நாடோடி போல பறந்து திரிகிறான்
அவன் உடலை வருடிச் செல்லும் காற்றில்
கந்தகங்கள் மூலிகைகளாகின்றன
இயல்பாகவே வெளிவரும்
அவனது வார்த்தைகள்
அறிவைக் கேள்விக்குள்ளாக்குகின்றன
வளைவுகளிலும் நேராய்ச் செல்லும்
அவனின் தீட்சண்யம்
புறாக்களின் கூடுகளில் இருக்கும்
அதன் குஞ்சுகளுக்கான இரையை
சேகரிக்கிறது
நாடோடிகள் பறந்தாலும்
இரை கண்டு இறங்கும் திடல்களில்
பசியின் சப்தத்தையும்
அதன் பின்னால் நீண்டிருக்கும் இருளையும்
காண்கிறார்கள்
வானத்தில் ஒலிக்கும் பறவைகள்
மறைந்து போகின்றன
இறுதியில் நாடோடிகள் விட்டுச் சென்றிருப்பது என்னவோ
கொஞ்சம் மூலிகைகளையும்
கூடுகளுக்குள் வெளிச்சத்தையும்
அறிவுக்கு அப்பால் குறைந்த
வார்த்தைகளையும் தான்.

பா. தேவேந்திர பூபதி

சரேலென பறந்து
சரிந்து இறங்கி
நிலைத்த நீரின்மேல் நின்றது
ஒரு நிறமற்ற பறவை.
அலகில் அலகு பொருத்தி
அலைகளிலாடும் தன்னை
அது
அருந்திவிட்டுச் சென்றது.

வேணு வேட்ராயன்

இரண்டு பறவைகள்
களித்து நுழைந்து
அசைத்த மரத்தின்
இதயத்தினின்று
வீழ்ந்ததொரு
மூவாத இலை

நடித்தது அது
பறவையென
நிகழ்ந்தது பறத்தலென
காதலென தன்னையே
கண்டு அவ்விலை
வீழ வீழ
சிரித்தது
எத்தனையெத்தனையொ முறை

ஆனந்த் குமார்

மூன்றாவது நான்

ஆளற்ற சாலையில்
இருசக்கர வாகனத்தின்
பின்னோக்கும் கண்ணாடியில்
தன் பிம்பம் கொத்தும் காக்கையொன்றை
இரைச்சல் பொதிந்த
என்வீட்டு சுவர்களினூடே பார்க்கிறேன்.
இதுகுறித்து
யாருடனேனும் பேசவேண்டிய உத்தேசத்துடன்
காக்கையும்
காக்கையுடன் பேச வேண்டிய
உத்தேசத்துடன் நானுமிருந்த பல நாட்களுக்குப்பின்
நான் : எதற்காக காக்கையே கண்ணாடியில் கொட்டுகிறாய்?
காக்கை : தட்டித் தட்டி அந்தக் கண்ணாடியைத்
திறந்திட முனைகிறேன்
உள்நுழைந்து
வெளிவர எத்தனிக்கும்
இன்னொரு காக்கையை
இறுகப் புணர்வேன்.
நான்: இளவெள்ளாட்டின் கருங்கொம்பை
கீறியது போலிருக்கும் உன் கூரிய அலகு கொண்டு
கண்ணாடியைத் தட்டும் போது
இழப்பின் சப்தத்தை என்செவிகள் உணர்கின்றன
காக்கை : இழக்கப்பட்ட மனிதர்களை
ஈடுகட்டுவது தானே தவிர
இழப்பை உருவாக்கும் உருவமன்று நான்
உனது வடிவும் கூட
எனது மைச்சிறகுகளிலொளிவதாகவும்

கூரை மேடுகளில் பாடும்
'கா' வெனுங்குரலில் துலங்குவதுமாகவுமிருக்கும்.
நிழல் மொழி கூறிய
காக்கையை விரட்டுவதன்றி
உரையாடல் ஒவ்வாத நண்பர்கள் வரும்
சலசலப்பில்
கண்ணாடி மேல் எச்சமிட்டபடி
பறந்தகன்றது காக்கை.
நண்பர்கள் :
யாருடனோ கதைத்துக் கொண்டிருந்தாய் போலும்?
நான் : ஆம்! நானும் நானும் நானும்
நண்பர்கள் நீங்கிய பின்னும்
நிகழ்ந்தபடியிருக்கும் மொழிநெரிசல்
கசிந்து மீண்டு
இருசக்கரவாகனத்தின்
பின்னோக்கும் கண்ணாடியில்
அகங்கார காக்கை பெய்த காரியம்
துடைக்க முயன்றால்
எச்சமே பசையாக கால்சிக்கி
சிறகு பிடைக்கிறது
கண்ணாடிக்குள்ளே
மூன்றாவது காக்கை.

ராஜன் ஆத்தியப்பன்

வினைவயிற் பொருள் வயிற் பிரிவு

பாலை நிலமொன்றில் ஊசலாடும்
சுனையுறிஞ்சி தாகம் தீர்த்த அப்பறவையொன்று
செந்நிறகால்கள் மடக்கி சூரியனற்ற திசைக்கு சிறகு விரித்தது.
மண்ணிடுக்கில் உயிர்சுமக்கும் ஈரத்தை
துணைக்கும் கொண்டு வந்து சந்ததி
வளர்த்தெடுக்கும்
ஆசுவாசம் பறத்தலில்...
மிக ஓடி காய்ந்த மணல்மேவிய நதியொன்றின்
மெல்லிய பாதம் அமர்ந்து கெஞ்சிய அதன் வலி
கரைந்தோடிய முடிவற்ற காற்றில்
முகம்தோய்ந்து பிளவுண்ட கரைமோதி வீழ்ந்தது.
சிசுவோடு, விதை சுமந்த துணை
வனமலைந்து சோர்ந்த அப்பொழுதில்
மீதேறி நிராதரவாய்க் கிடந்த காமம் பருக
வல்லுறுக்கள்
வானுயர்ந்த மலைகடந்து கூக்குரலோடு வந்தன.
பூச்சூட வாய்க்காத செடியொன்றில்
தஞ்சம் புகுந்தவள் உதிர்த்த கண்ணீரில்
அச்செடி நுகர வந்தன பறவையாகப் போகும் அச்சிறு
புழுக்கள்.
மரமாய் வேரூன்றி உள் நுழைத்த அதன்
பேரன்பில் வாய்பிளந்து கிடந்தது அந்நிலம்.
ஈரமறிய சிறகடித்த அப்பறவை நெய்தலுரசி
நீர் சூழ்ந்த அம்மேகத்தை அலகால் தூக்கி
பறந்தப்போது

ஐந்திணை கடந்து...
விழுந்ததிர்ந்து போயின துணையிழந்த
பெண்ணவளின்
மரண ஓலம்...ஒரு சிறு புல்லாங்குழல்
பிரசவித்த பிரிதலிசையாய்.....

ஈஸ்வர சந்தானமூர்த்தி

நான் உன் பறவை என...

இராவிருட்டில் வீடு தங்காது
நெடிய இருள் மீதேறி தூரம் ஏகி
பனிபுலரும் இளங்காலை திரும்பி வரும்
நடுங்கியபடி சிறகுதிர்ந்து
என் பறவை.
யாரும் சொல்வாரில்லை
எங்கே போய் வருகுதென
என் பெண் சொல்லுவாள்
நட்சத்திரங்களுடன் சிநேகம் அதற்கு
அவைதான் அதைக் கெடுக்கின்றன என்று
எனக்கு நட்சத்திரங்களைத் தெரியும்.அதன் சிநேகமும்.
ஆனாலும் அசையா அவை அதை
எங்கே கூட்டிப் போக முடியுமெனத் தெரியாது.
என் பறவை சொல்லும்.
இராவிருட்டை நானறிவேன்.நட்சத்திரங்களையும்
உன்னையும் உன் பெண்ணையும்
நம் சிநேகத்தையும்.எனினும்
இராவிருட்டில் வீடு தங்காது
நெடிய இருள் மீதேறி தூரம் ஏகி
பனிபுலரும் இளங்காலை நடுங்கியபடி
சிறகுதிர்ந்து தினமும்
எங்கே போய் திரும்புகிறேனென
எனக்குத் தெரியாது.ஏனெனில்
நான் உன் பறவை என.

முத்து மகரந்தன்

நீர்க்காகம்

ஒரு நீர்வாழ் பறவை இனமோ
நிலவில் இருந்து குதித்தது போல் அல்லவா
மூழ்கி எழுகிறது

நட்சத்திரக் கூட்டங்களுக்கிடையே
வால் நட்சத்திரமாய்ப் பறக்கும்
தேவதை போல் அல்லவா

நீர்க்காகத்தின் பறத்தல்
நெருப்பில் இருந்து விடுபட்ட
தீக்குஞ்சு போல
சூரியனிலிருந்து விடுபட்ட
அக்கினிச் சிறுகோள் போல
அலைக்கு மேல் துள்ளும் மீனைப்போல
நீர்க்காகம்
குளித்தலும் பறத்தலுமாக இருக்கிறது
விரிந்த முழுக்குளத்தின் குறுக்குவெட்டாக
நொடிப்பொழுதில் பறந்து செல்கையில்
எல்லைப் பரப்புகள் மாயமாவதை
ஓர் ஓரத்தில் மரமாய் நின்று
பார்த்துக் கொண்டு இருக்கிறேன்
இலைகள் துளிர்க்கின்றன

சஹானா

பறத்தல்

அச்சமூட்டும் அகாலத்தின் கூடுகளிலிருந்து
பாடும் அப்பறவையின் பெயர் தெரியாது
நேற்றை உடைத்து அதன் பறத்தல்
தீவிரமடைந்து வனங்களைக் கடந்தது
உக்கிரத்தின் வெம்மை மீதேறி
அது தன் செட்டைகளை உதிர்த்து
தன் பறத்தலை இழந்து
இக்கவிதை என்றாகியது

தூரத்து வானத்தின் முனையிலிருந்து
கிளர்ந்த ஒரு மேகத்துண்டு
பறவையின் வடிவம் எடுத்தது
இறக்கைகளை வேண்டி வந்த அதனிடம்
என் மலைசிகரம் இரண்டு
மஞ்சள் கொன்றை மரங்களின் கிளைகளைத் தர
பறத்தல் சாத்தியமாக
வானத்தின் ஓரத்தில் மஞ்சளைத் தடவிக் கடந்தது.

ஆறுகள் இறந்தபின் நிகழும்
அந்தத் திருவிழாவில்
மண்ணால் செய்யப்பட்ட மாகாளிக்கு
இரண்டு செந்நிறச் சேவல்களை பலிகொடுத்தனர்
நான்கு இறக்கைகளோடு தேவி
பறக்க
காய்ந்த கொருக்கை சருகுகளின் வேர்கள்
தண்ணீர் குடிக்கப்பட்ட பிளாஸ்டிக் உறைகள்
கிடக்க
துருத்திய நாக்கைப் பிடுங்கி எறிந்தாள் ஆத்தா
தாகத்தால் இனி வறண்டிடாமல் இருக்க

கழுத்தில் மஞ்சளணிந்த
தேன்சிட்டு உட்கார்ந்த
சீத்தா மரங்களின் வெண்ணிறப் பூக்கள்
மகரந்தங்களை உதிர்க்கலாயின
உதிரும் நிலையிலிருந்து சருகுகள் இரண்டு
வானை நோக்கிச் சட்டெனப் பறக்க
வெயில் பூத்திருந்தது.

இன்னும் எந்தப் பறவையும் வந்து தங்காத
கூட்டினை அமைத்துக் காத்திருக்கிறேன்
இந்தக் கானகத்தில்

யாழன் ஆதி

காக்கை கரைவதில்லை
அதுஎப்போதும்போலவே அகவல் செய்கிறது.

எனது பாட்டியொரு காக்கையாக வந்தென்
கனவு வெளிகளெங்கும்
எதிர்கதைகளாய் அகவிக்கொண்டிருக்க

தமிழ் ஓவியா சித்தார்த்தன்
மூன்று குழந்தைகளும்
அவரவர் பாட்டிகளை
காக்கைகளாக வரைந்து வைத்து
அகவிக் கொண்டிருக்கிறார்கள்

இறப்பதற்கு முன்
அண்ணல் ஒரு காக்கையாக மாறி
புத்தனிடம் சென்றதை
காலத்தைக் கலைத்துப் போட்டபடியொரு புதிய பௌத்தன்
தனது விலாஎலும்புகளை உருவியெடுத்தந்த
கௌதமன் தோளில் கூடுகட்டி வைக்கிறான்

முகமூடி அணிந்தொலிக்கும்
காலத்தின்குரலை அலகுகொண்டு கிழித்தெறிந்து
ஆதிதெய்வங்களாய் விடாது தொடரும் காக்கைகள்
ஒன்று சேர்ந்து
அகவி
கூட்டமாய் பறந்து செல்கின்றன எங்கள்
தொல்குடி நோக்கி

என்.டி.ராஜ்குமார்

பறவையே வாழ்ந்திருக்கலாம்

உறங்கிக் கொண்டிருக்கிறேன் என்று
பேசிக் கொண்டிருக்கிறார்கள்
சகோதரிகள்.

காலையில் கோலமிடச் சென்றபோது
இறக்கை ஒடிந்த பறவையொன்று
வாசலில் இறந்து கிடந்ததாகவும்
அதன் பிறகு
நான் விபத்தில் அடிபட்ட
செய்தி வந்ததாகவும் கூறினாள் தங்கை

அந்தப் பறவை
எனக்குப் பதிலாக
உயிர்விட்டிருப்பதாகவும்
எனக்கு ஆயுள் கெட்டியென்றும்
தழுதழுத்த குரலில் சொல்கிறாள் அக்கா

சகோதரிகளே
வெளியெங்கும் பறந்து
விரும்பிய இரை எடுத்து
அலகுகளில் குச்சி சுமந்து
ஆசைக்கூட்டில்
காற்றோடு கண்ணயர்ந்து
செங்கதிரில் குளித்து
சிறகசைத்து வாழ்ந்திருந்த
ஒரு பறவையைக் காட்டிலும்
பெரிதாக என்ன வாழ்ந்துவிடப் போகிறேன் நான்.

எனக்குப் பதிலாக
பறந்து கொண்டிருந்திருக்கலாம்
அந்தப் பறவையே

இளம்பிறை

பார்வை

இணையாகப் பறக்கும் விமானத்தை
கண்களை உருட்டி
இருவேறு பரிமாணங்களில் பார்த்த
பருந்தின் கண்கள்
தன்னில் தொடர்பற்றது அதுவென
விடுவித்துக் கொண்டு
மலைமுகடு
நீர்நிலை
பள்ளத்தாக்கு
மரங்கள்
உயரமான கட்டிடங்கள்
ஆகாயம்
மனிதர்கள் விலங்குகள்
எல்லாவற்றையும்
அனாயசமாகக் கடந்து செல்லும்
பின்பு
தரையிலோடும் ஒரு கோழிக்குஞ்சில் மோதி
வெளியில் ஒரு வட்டத்தில் சிக்குண்டு
பதைப்புடன் வட்டமடிக்கிறது.

ஜி.எஸ்.தயாளன்

வலசை

காக்கையின் ஒடிந்த காலுக்கு
மருத்துவம் பார்க்கும்
தீனதயாளன்
புறக்கடையில் வைத்திருக்கும்
உண்டி வில்லை யாரும்
பார்த்ததில்லை.

எல்லோரும் நம்புவது
அது பறந்து போகும்போது
தங்கம் கனக்கும் சுரை விதையுடன்
திரும்பும் என்பதே.

தயாளனும் இப்படிதான்
காக்கையின் மறதியை
பெரிதும் நம்பியிருக்கிறார்.

ஆனால்
பறவை தன் கால்
நன்றாகட்டும் என்றிருக்கிறது.

ஏனென்றால்
பறவைக்கிருப்பது தனித்தியங்கும்
கூட்டுமனம்.

எனது இறக்கைகளை
தோலுக்கடியில்
மறைத்து வைத்திருப்பதை
உண்டி வில்லைப் போலவே
யாரும் கண்டு கொள்ளவில்லை.

அடையாளமற்ற
பிரதேசங்களின் நெடிய
ரகசியங்களை மிகத்
தொலைவிலிருந்தே நான்
அறிவேன்.

நீங்கள் நினைப்பதுபோல இல்லை.
நானொரு
குருடன்
செவிடன்
ஊமை.

இதுவே
அதன் சாத்தியம்.

சாகிப்கிரான்

பல்லாயிரம் மைல்கள் கடக்கும்
பறவையொன்றின் நினைவில்
திசையாய் நீளுபவை

சிறகுணரும் காற்றின் கீதமா
வெளி மிதக்கும் மித வெப்பமா
நீளும் மண் வாசமா
சுவாசம் தாங்கும் இணையின் வாசமா
நினைவில் அழுந்தும்
திசை பற்றிய குறிப்புகளா

வருடத்திற்கொரு முறை வந்தாலும்
வழி தப்பாமல் வந்துவிடுகின்றன
சரணாலயத்திற்குப் பறவைகள்

கட்டடங்கள்
அடையாளங்கள்
நினைவிடங்கள்
குழம்பித் திரியும் நினைவுகளில்

கோடுகள் இல்லா பாதைகள்
இல்லை என்பதும்

சரணாலயம் என்றொன்று
வாய்ப்பதில்லை என்பதுமே

தொலைக்கும்
பாதைகளுக்கான காரணங்களாகின்றன

அ.வெண்ணிலா

பறவை விளையாட்டு

அப் பறவை
பின்மதிய வெங்கதிர்களை
ஓடியோடிக் கொறிக்கிறது
வீதிக்கரை மண்ணில்
நாட்டிய முத்திரையாய்
விரைவுற்றசையும்
வாலும், அலகும்
கூனல் ஆச்சி வடகங்களைத்
தொட்டுத் தொட்டு
ஒவ்வொன்றாய்க்
காய வைப்பதில்லையா
அப்படியே துறுதுறுவென்று
மனதுக்குள் எழுகிற
சீர்காழியின் குரல் - பறவைக்கு
சிற்றாடையை
இடையுடுத்துகிறது
சுருக்குப் பாவாடையில்,
உருளும் பந்தின் உற்சாகம் பொங்க
கிளைகளை நோக்கி
இறக்கைகள் தாவ
சடசடத்து அமரும் பறவையோடு
நாளின் கணுக்களில்
நேரம் வந்ததாய்
இலைகளை எழுப்பி
விளையாடத் தயாராகும்
எல்ம் மரம்.

ஆழியாள்

சிறப்பு விருந்தினர்

உலகில் சமாதானம் என்ற வார்த்தை
புழக்கத்திற்கு வருவதற்கு முன்பே
புறாக்கள் வந்துவிட்டிருந்தன
மனிதர்களாலும், குளிராலும்
மூடப்பட்டிருந்த அரங்கத்தினுள்
அன்றைக்கு இரண்டு 'சிறப்பு விருந்தினர்கள்'
சாந்தி நிலவுவதற்கான நடனமொன்றின்
துவக்கத்தில் பறக்கவிடப்பட்ட புறா
அந்த குளிரூட்டப்பட்ட அரங்கத்தின் நடுவில்
தத்தி அமர்ந்தது செருப்புகளின் மீது.
ஒரு புறாவிற்கு நாட்டியம் குறித்து ஏதும் தெரிந்திருக்க வாய்ப்பில்லை
அதனை அவ்வளவு அருகாமையில்
பார்த்தது அதிர்ஷ்டமா அல்லது
துரதிர்ஷ்டமா எனச் சிறப்பு விருந்தினருக்குத் தெரியவில்லை
அம்மாக்களின் அதட்டல்களை மீறி
அதனருகே வந்த குழந்தைகளை
எப்படிக் கையாள்வது எனப் புரியாது திகைத்தது.
நடனத்தை விடுத்து புறாவைப் பதட்டத்துடன் கவனிப்பது
நாகரிகமில்லை என்பதாலேயே சிறப்பு விருந்தினரது
பதட்டம் இன்னும் கூடுதலானது
அறிமுகமில்லாத குழந்தை சிறுநீர் கழித்த தரையைச்
சுத்தப்படுத்துவது போன்றதொரு தாய்மையோடு
அதனைக் கையில் எடுக்க ஆசைதான்.
சிறப்பு விருந்தினருக்கான சமூக நடைமுறையில்
அது முகம் சுளிக்க வைக்கலாம்.
தலைவர்களின் கைகளில் மூச்சுத்திணறி
பறக்க விடப்படும் அவஸ்தைக்குத்
தப்பிய புறாக்கள் புண்ணியம் செய்தவை

ஒரு தூதிற்கான அடையாளம்.
சமாதானத்தின் குறியீடு
இவற்றை இறக்கைகளில் திணிப்பவர்களை விட
கறி செய்து சமைத்துண்ணும்
சாமான்யர்களை அது அதிகம் நேசிக்கலாம்
பழக்கப்படாத சூழலில் பறக்காமல்
முடக்கப்பட்டிருப்பதை எப்படிக் கடப்பது எனப் புறாவும்
தனித்து விடப்பட்ட ஒரு பறவையை
எப்படி எதிர்கொள்வது எனச்
சிறப்பு விருந்தினரும் திகைக்க
அங்கே சாந்தி நிலவியது.

தமிழச்சி தங்கபாண்டியன்

புறவு காத்தல்

வீடு திரும்பிவிடும் புறாக்களின் மீதுதான்
சூதாட்டத்தில் அதிகம் பந்தயம் கட்டப்படுகிறது
புறாக்கள் தன் ஜோடியை காதலிப்பவை
வயல்களை விட மனிதர்கள் இறைக்கும் தானியங்களில்
கடவுளின் உதிரிப்பருக்கைகளில் வாழ்பவை
மயிலுக்கு பாசானம் வைக்கும் உழவன் நான்
புறாக்களுக்கும் புரோகிதர்களுக்கும்
தானியம் சுமந்து போகிறேன்
வீடு கட்டத் தெரியாத புறாக்கள்
சன்னதியில் கண்ணீர் வடிக்கின்றன
நான் முட்டைகளை அடைகாக்கும் போது
புறாக்கள் அதிகம் முத்தம் கோருகின்றன
புறாக்களின் இரவுகளில் தான் கடவுள்கள்
கருவறையில் கல்வி செய்கிறார்கள்
அழகான புறாக்கள் எனும்போதும்
பல்லாயிரம் மைல்கள் பறந்து வீடு திரும்பும்
அவற்றை நான் அதன் கூட்டில் அடைக்கிறேன்
என்தாய் புறாவின் மனநோய்மை கொண்டவள்
அவளது காலங்களை நான் திருடினேன்
சமாதானத்தின் வன்முறையை
புறாக்கள் நிலம்பெயர் காலத்தில்
சீரமைக்கின்றன.
எல்லோருக்கும் ஒருபுறா உண்டு.
அவை அடைக்கலமாகும் போது
நிலம் அதன் காமத்தை
வீடு சேர்க்கிறது.
இப்படித்தான் புறாக்கூண்டுகளை செப்பனிடாத
நிலம்
வசிப்பிடங்களை தாரை வார்க்கிறது

இரா.சின்னசாமி

நீர்த்துளிகளெனும் பறவைகள்

நீர்த்துளிகளுக்குச் சிறிய சிறகுகள் உண்டு
அருவிகள் தரையிறங்கும்போதோ, மலைகளுக்குப் பின்னிருந்து
பறந்துவந்து அமரும்பொழுதோ
அவற்றின் பாடல்களைக் கேட்பதுண்டு
மாலை வேளைகளில் பூமியிலிருந்து எழும்பி
மேகங்களைச் சென்றடையும்
அப்பொழுது நிலவு வாகாய் மடியேந்தும்
அவை மேலிருந்து கலைந்து தரையிறங்கும்பொழுது
சிறு குருவிகளாகவோ பெரிய கழுகுகளாகவோ
மாறியிருக்கக்கூடும். பருவங்களைப் பொருத்து
அவை மேகங்களுக்கிடையில் முட்டையிடுவதை
யார் கண்டதுண்டு?
நதிகளோ, சிறகுகளற்ற பறவைகள்
மெல்ல ஒயிலாய் நடந்து தனது கனமான உடலைத்
தாமே சுமந்து செல்லும்
மௌனத்தொடு பிறந்த பிரார்த்தனைகள்
கண்ணீர்த்துளிகள்
நனைந்த சிறகுகளின் கனத்துடன்
தரையிறங்கும் வெப்பமான வழித்தடங்களால் ஆவியாகிவிடுவதுண்டு
பறவைகளும் மனிதர்களும் இணைந்த
தேவதைகளைப் போன்றவை

குட்டி ரேவதி

ராஜ கணம்

நிசப்தமான
வடிவான
அந்தக் குளத்தின் மையத்தில்
அமர்ந்திருக்கிறது ராஜஹம்சப் பறவை.
செழித்த முலையில் பூத்திருக்கும்
காம்பு போல.
எடையின்மையின் மேல் அது
எத்தனை ஜோராக அமர்ந்திருக்கிறது!
தனது பிரதியைப் பார்த்திருந்துவிட்டு
மெல்ல சிறகெடுத்துப் பறக்கிறது.
பறவையே பறவையின் சுவடுகளாக
நீரில் பதிந்து பதிந்து போவதை
நீயும் பார்க்க வேண்டும் அன்பே.
உனது கவனம் முழுதும்
பறவையின் மேல் இருந்தாலும்
அதன் நிழலும் காட்சிக்குள் வந்துவிடும்.
சின்னஞ்சிறிய அந்த ராஜஹம்சம்
அத்தனை பெரிய ஆகாயத்தை
லகுவில் மறைத்துக் கொண்டு பறப்பதை
ஒருமுறையேனும் நீ பார்த்துவிட வேண்டும் அன்பே!

கார்த்திக் நேத்தா

கடற்பறவையின் தொழுகை

ஒவ்வொரு சமாதியின்
தலைமாட்டிலும் காலடியிலும்
கொப்பும் துளிரும் விட்ட
மஞ்சனாத்திமரங்கள்
இறப்பின் தருணங்களிலிருந்து
உயிர்ப்பிக்க எத்தனிக்கும்
காலம் மறநத சொல் ஒன்றை
தேடிக் கொண்டிருக்க
இலைகளில் படர்ந்த
வெற்று மௌனம் கலையத் துவங்குகிறது.
வராத தேவதை ஒன்றிற்காக
யாருமற்ற மணல் வெளியில் நின்று
நிரம்பவும் யாசித்து
கலுங்குப்பள்ளியின்
மினரா உச்சியில்
ஒளிநிரப்பிக் கொண்டிருந்த சுடர்
அலைகளின் நிழலில்
நீக்கமறக் கலந்து
பொழுதெல்லாம் காத்திருக்கிறது
கடலில் மிகவும் நீளமான பாய்விரித்து
திசையற்ற தொழுகையை
முடிக்க இயலாமல் கடற்பறவை.

ஹெச்.ஜி.ரசூல்

பாடாதுபோன பட்சியை
குறையளக்காதீர்
ஒருக்காலும் தன் சுரக்குறிப்புகளை
தவறவிட்டிருக்காது

தொண்டைக்குழியில் முள்குத்தி
துன்புற்றிருக்கலாம்
மனநலம் சரியில்லாத
வாய்ப்புமுண்டு

அவகாசம் உண்டென்றால்
உள்ளங்கைக்குள் பொருத்தி
மெல்ல வருடிக் கொடுங்கள்
அகப்படவில்லையெனில்
போன திக்கு நோக்கி
வலி தீரப் பிரார்த்தியுங்கள்

நாளையோ மறுநாளோ
வராதுபோயின்
அக்கறையோடு தோட்டத்தில்
தேடுங்கள்
மிஞ்சிக் கிடக்கும் சிறகுகளையும்
சதையெடுத்துச் செல்லும்
எறும்புச் சாரைகளையும்

வி.அமலன் ஸ்டேன்லி

பறவைகளுக்குத் தெரியும் விடிதலும் அடைதலும்

கொஞ்சம் கொஞ்சமாக விடிந்து
கொண்டிருக்கிறது

எப்படியோ பறவைகள்
இதைத் தெரிந்துகொள்கின்றன

கீச்கீச் என்று மரங்களிலிருந்து
கத்திக் கொண்டேயிருக்கின்றன

(இருட்டுவதற்கு முன்பே அடைந்துவிட்டால்
வெள்ளென விழிப்பதில் என்ன கஷ்டம்)

பறக்கவும்
மாட்டேனென்கின்றன

இருக்கவும் மாட்டேன்
என்கின்றன

கடைசிப் பேருந்தைத் தவறவிட்டு விட்ட குடிகாரனுக்கு
கல்லெறிந்து விடலாமா என்று தோன்றுகிறது போதை
மயக்கத்தில்
யோசித்துக் கொண்டிருக்கையிலேயே
அடங்கியும் விடுகிறது

இது
என்ன விளையாட்டு

திரும்பவும்
கீச்கீச் சப்தம்

பிறகு
நிசப்தம்

அரசமரம் ஆலமரம் அடையும் பஷிகள்
அறியும் விடிதலும் அடைதலும்

தூங்கி விழித்தெழுந்ததும் பறப்பதற்கு
தயார்படுத்திக்கொள்ளத்தானா இவ்வளவு களேபரமும்.

தூங்காமலே விழித்திருக்கும் கவிஞனின் தொந்தரவுகள்
தெரிய நியாயமில்லைதாம் உங்களுக்கு

விக்ரமாதித்யன்

மாடியில்

மாடியில்
நான் படுத்திருக்க
வழக்கமாய்க் கூவும் குயில்
கொல்லையில் கூவிற்று.
எதிர்ச்சோலை மரக்கிளையில்
இன்று
எதிர்க்கூவல் கேட்கவில்லை.
சோலை நிழல் கருக்கில்
மதியொழிந்த வெண்ணிலவில்
தானாகி நின்ற குயில்
தனக்காகக் கூவிற்று

காசியபன்

மாயயெதார்த்தப் பறவை

நாள்தோறும் உச்சிப் பகலில்
தோட்டத்து வேப்பமரத்தின் அடிக்கிளையில் வந்தமரும்
எனக்குப் பழக்கப்பட்ட காகம்
இனி வராது

எனக்காக வந்து சிறிது நேரம்
என்னைப் பார்த்துச் செல்வதைப்
பழக்கமாகக்கொண்டிருந்த
அந்தக் காகம்
வருவதைத் தடுத்தது
நீ எனப் பிறர் சொல்வதை நம்பமுடியவில்லை

காகத்திற்கும் எனக்குமான பழக்கத்தில்
குடும்பவழி உறவின் தடம்
தென்படுவதைக் கண்டு
இனம்புரியாத பயம்
உன்னை ஆட்கொள்ள
இயற்கையுடன் இயைந்த
எனது நடவடிக்கை
என்னை உனக்கு அந்நியமாக்குகிறது

காணுமிடமெல்லாம் கறுப்புப் பறவை
உனது பால்மணம் மாறாத
வெள்ளை உள்ளத்தைக் கலங்கடிக்கிறது
உயிருள்ள ஒரு நிறத்திற்குக்
கறுப்பு எனப் பெயரிட்டு அழைப்பதை
ஏனோ வெறுக்கிறாய்

உனது தடை
அந்தக் காகத்திற்கு
என்மீது பரிவையோ கோபத்தையோ
உண்டாக்கியிருக்கலாம்
அதன் புரிதலில் நாமிருவரும்
வேறுவேறாகப் பொருள்படலாம்
பழக்கவழக்கங்களின்
எளிய மீறல்களைச்
சிக்கலானப் பிறழ்வுகளாகக் கற்பனைச் செய்து
அதில் சிக்கிக்கொள்வதில்
மனத்துக்கண்
இன்பம் காண்பதாகக் கருதலாம்

இறப்பிற்குப் பிறகும் தொடரும் உறவுகளை
நாம் அஞ்சுகிறோம்
மனிதப் புனைவுகளைத்
தாங்கிப் பறக்கும் அந்தக் காகத்திற்குத் தெரியாது
தானொரு மாயயெதார்த்தப் பறவை
என்னும் செய்தி.

ரமேஷ் பிரேதன்

காவியம்

சிறகிலிருந்து பிரிந்த
இறகு ஒன்று
காற்றின்
தீராத பக்கங்களில்
ஒரு பறவையின் வாழ்வை
எழுதிச் செல்கிறது.

பிரமிள்